AF529679

ദാമോദരൻ കുളപ്പുറം

കഥാകൃത്ത്, നോവലിസ്റ്റ്. കണ്ണൂർ ജില്ലയിലെ കുളപ്പുറം എന്ന ഗ്രാമത്തിൽ ജനിച്ചു. 1982-ൽ ആദ്യകഥ പ്രസിദ്ധീകരിച്ചു. നിരവധി നാടകങ്ങളിൽ അഭിനയിച്ചു. 1990 മുതൽ പുസ്തക പ്രസാധന രംഗത്ത് പ്രവർത്തിക്കുന്നു.

ഇയ്യോബിന്റെ സ്വപ്നവും കണ്ണാടിക്കുഴലും, ദൈനംദിനം, കാറ്റും മഴയുമുള്ള രാത്രി, ജലാശയം, ഒറ്റയ്ക്കു നടക്കുന്നതിന്റെ രഹസ്യം (കഥകൾ), സ്വപ്നങ്ങൾ നഷ്ടപ്പെട്ടതിന്റെ പിറ്റേദിവസം, നീലനദി, സഹജീവിതം, വെയിൽ വെള്ളം കുടിക്കാൻ പോകുമ്പോൾ, (നോവലുകൾ), പെരുവഴിയിലെ ഭൂതങ്ങൾ, സ്വപ്നത്തിന്റെ അവശിഷ്ടങ്ങൾ, വേദനാനിർഭരമായ ഒരു ജീവിതം (നാടകങ്ങൾ), ആദിഷിന്റെ ആട്ടിൻകുട്ടി, അപ്സരസ്സും മന്ത്രവാദിയപ്പൂപ്പനും, സൂത്രശാലിയായ പൂച്ചക്കുട്ടി, അഭിനന്ദിന്റെ സൂത്രപ്പാവ (ബാലസാഹിത്യം), മഴയും വെയിലും കുറേ പക്ഷികളും (ഓർമ്മക്കുറിപ്പുകൾ) എന്നിവയാണ് പ്രധാന കൃതികൾ.

മലയാള കഥ, ആധുനികാനന്തര മലയാള കഥ എന്നീ കഥാസമാഹാരങ്ങളുടെ എഡിറ്റർ.

2017-ൽ തളിപ്പറമ്പ് സർസയ്യിദ് കോളേജിലെ അധ്യാപക-വിദ്യാർത്ഥി വായന കൂട്ടായ്മ ഏർപ്പെടുത്തിയ പ്രഥമ 'വ്യാഴവട്ടം പുസ്തക പുരസ്കാരം' ലഭിച്ചു.

വിലാസം : കുളപ്പുറം, വിളയാങ്കോട് പി.ഒ., കണ്ണൂർ ജില്ല- 670504
ഫോൺ : 9400056029

Malayalam Language
Veyil vellam kudikkan pokumbol
(Novel)
by
Damodaran Kulappuram

♦

Published in December 2021
by Kairali Books Private Limited
Thalikkavu Road, Kannur.
Ph : 0497-2761200
E-Mail : Kairalibooksknr@gmail.com

♦

Cover Design
Prasanth Mangad

♦

Price ₹ : 160.00
78/21-22/Sl.No.1269/500/NS 18.6
ISBN 978-93-49727-23-6

വെയിൽ
വെള്ളം കുടിക്കാൻ പോകുമ്പോൾ

ദാമോദരൻ കുളപ്പുറം

കൈരളി ബുക്സ്

ഉള്ളടക്കം

മഞ്ഞുവീണു നനഞ്ഞ വയൽവരമ്പുകൾ	...07
നാട്ടുനന്മകൾ	...12
പൂവനും പിടയും	...17
വെയിൽ വെള്ളം കുടിക്കാൻ പോകുമ്പോൾ	...24
നെൽക്കതിരുകൾ	...30
മണ്ണിലൊളിച്ചിരിക്കുന്ന വിസ്മയങ്ങൾ	...37
ഒരു മുന്നറിയിപ്പ്	...44
ഫോട്ടോ പ്രദർശനം	...51
സൗമ്യയുടെ മോഹങ്ങൾ	...57
മൂന്നു കർഷകർ	...63
ടിപ്പർലോറി മണ്ണുമായി തിരിച്ചുപോകുന്നു	...72

മഞ്ഞുവീണു നനഞ്ഞ വയൽവരമ്പുകൾ

നേരം പുലർന്നുവരുന്നേയുള്ളൂ. ഷർട്ടിനുമേലെ കമ്പിളിക്കുപ്പായവുമിട്ട് തലയിൽ മഫ്ളറും കെട്ടി ഒരു നീണ്ട വടിയുമായി മാധവൻ മാഷ് വീട്ടിൽ നിന്ന് പുറത്തേക്കിറങ്ങി. വവ്വാലുകൾ കടിച്ചിട്ട അടക്കകൾ എമ്പാടും വീണുകിടക്കുന്ന കവുങ്ങിൻ തോട്ടത്തിലൂടെ നടന്ന് വട്ടപ്പലവും അതിരാണിച്ചെടികളും പൂവിട്ടുനിൽക്കുന്ന തോട്ടിൻചിറമ്മലേക്ക് കയറി. 'അതിരാണിച്ചെടികളുള്ള സ്ഥലത്ത് കിണറുകുഴിക്കാൻ ആശാരിക്കുറ്റി വേണ്ട' എന്ന പഴഞ്ചൊല്ല് ഓർത്തുകൊണ്ട് മാധവൻ മാഷ് വയലിലുടനീളം ഒന്നു കണ്ണോടിച്ചു. വയലിനുമുകളിൽ കനത്ത കോടമഞ്ഞ് മൂടിക്കിടക്കുന്നത് മാഷ് കൗതുകത്തോടെ നോക്കിനിന്നു. വളരെ ദൂരെ ഒന്നും കാണാൻ കഴിയുന്നില്ല. അന്തരീക്ഷമാകെ പുകമഞ്ഞ് പടർന്നിരിക്കുകയാണ്.

പാടശേഖരസമിതി ട്രാക്ടർ കൊണ്ടുവന്ന് വയൽ ഉഴതുകൊടുത്തതു കൊണ്ട് ഇപ്രാവശ്യം എല്ലാവരും പുഞ്ചവിതച്ചിട്ടുണ്ട്. നെൽവിത്തു മുളച്ച് മൂന്നോ നാലോ ഇലകൾ വന്നു തുടങ്ങി. വയലിൽ മങ്ങും മറ്റു കളകളും വളരാതിരിക്കാൻ വെള്ളം കെട്ടി നിർത്തിയിട്ടുണ്ട്. നെൽച്ചെടികൾ മുളച്ചുപൊന്തി, വെള്ളം കെട്ടി നിർത്തിയ വയലും അതിനു മുകളിൽ ഘനീഭവിച്ചുനിൽക്കുന്ന മഞ്ഞും തീർത്ത വിസ്മയലോകം കണ്ട് മാധവൻ മാഷ് ഒരു മാന്ത്രിക ദേശത്ത് എത്തിപ്പെട്ടതുപോലെ വിസ്മയിച്ചുനിന്നു.

വളരെയകലെ നിന്ന് മഞ്ഞുപാളികൾക്കിടയിലൂടെ ആരോ നടന്നു വരുന്നത് അവ്യക്തമായി കാണുന്നുണ്ട്. തന്നെ അവരും ഇതുപോലെ മഞ്ഞുപാളികൾക്കിടയിൽ വളരെ അവ്യക്തമായിട്ടായിരിക്കുമല്ലോ കാണുന്നുണ്ടാവുക? ചുറ്റും ഘനീഭവിച്ചു നിൽക്കുന്ന മഞ്ഞിനെ തനിക്കു കാണാൻ കഴിയില്ല. എന്നാൽ

വളരെ ദൂരെയുള്ള മറ്റൊരാൾക്ക് അതു വളരെ വ്യക്തമായി കാണാൻ കഴിയും.

മാധവൻ മാഷ് അല്പം കൂടി മുന്നോട്ടുനടന്നു. തന്റെ വയലിനരികിൽ ചെന്നുനിന്നു.

നേരത്തെ മഞ്ഞുപാളികൾക്കിടയിൽ അവ്യക്തമായി കണ്ട ആൾരൂപത്തെ ഇപ്പോൾ ഏതാണ്ട് വ്യക്തമായി കാണാൻ കഴിയുന്നുണ്ട്. അതു മറ്റാരുമല്ല; പത്മിനി. ഗൾഫുകാരൻ പ്രസാദിന്റെ ഭാര്യ!

പത്മിനി തോട്ടിൻചിറമ്മലൂടെ നടന്നുവന്ന് വയലിനു സമീപത്തെ വാർപ്പ് പാലത്തിന്മേൽ നിന്നു. പിന്നീട് അവൾ ധരിച്ചിരുന്ന മാക്സി അല്പം ഉയർത്തി പതുക്കെ വയൽവരമ്പിലേക്കിറങ്ങി. വയൽവരമ്പിൽ മുളച്ചുപൊന്തിയ മങ്ങിൻ ചെടികളുടെ ഇലത്തുമ്പുകളിൽ പൊടിഞ്ഞുനിന്ന മഞ്ഞിൻകണങ്ങൾ അവളുടെ വെളുത്ത കണങ്കാലുകളിൽ പറ്റി. അവൾ വയൽ വരമ്പിലൂടെ പതുക്കെ നടന്നുവന്ന് മാധവൻ മാഷുടെ മുമ്പിൽനിന്നു.

“മാഷെ.” പത്മിനി ഉപചാരപൂർവ്വം വിളിച്ചു.

“പത്മിനി...” മാഷ് പത്മിനിയെ നോക്കി ചിരിച്ചു.

“ഏഴാം വെള്ളം കെട്ടിനിർത്താൻ സമയമായെന്നു തോന്നുന്നു.” പത്മിനി പറഞ്ഞു.

“അതെ. ഇല്ലെങ്കിൽ മങ്ങ് പൊന്തും.” മാധവൻ മാഷ് പറഞ്ഞു.

പത്മിനി മാധവൻ മാഷുടെ മുന്നിലൂടെ നടന്ന് വയൽവരമ്പുകളിലൂടെ കണ്ണോടിച്ച് നടന്നുപോയി.

തണുത്ത പ്രഭാതത്തിൽ മഞ്ഞുവീണു നനഞ്ഞ വയൽവരമ്പിലൂടെ പത്മിനി നടന്നു പോകുന്നതു നോക്കി മാധവൻ മാഷ് അല്പസമയം നിന്നു. അവൾ നടന്നു വളരെ ദൂരെ എത്തിക്കഴിഞ്ഞിട്ടും ആ രൂപം തന്റെ സമീപത്ത് ഉള്ളതുപോലെ മാഷ്ക്ക് തോന്നി. അവൾ വളരെ ദൂരെ എത്തിക്കഴിഞ്ഞെന്ന് മനസ്സിലായപ്പോൾ മാഷ് വടി അവിടെ കുത്തിവെച്ച് തോട്ടിൽനിന്നും വയലിലേക്ക് വെള്ളം കയറുവാനായി, അടച്ച ഓവുചാലിലെ പുല്ല് വലിച്ചുനീക്കി തുറന്നു. തോട്ടിൽനിന്നും പതുക്കെ വെള്ളം വയലിലേക്ക് കയറാൻ തുടങ്ങിയപ്പോൾ മാധവൻ മാഷ് വയലിൽനിന്നും തിരിഞ്ഞ് വീട്ടിലേക്ക് നടന്നു.

മാധവൻ മാഷ് വീട്ടിൽ മടങ്ങിയെത്തിയ ഉടൻ അതുവരെ കൈയിൽ കരുതിയിരുന്ന വടി വരാന്തയുടെ ഒരു മൂലയ്ക്ക് ചാരി

Smitha

വെച്ചു. ഇനി ഇന്നതിന്റെ ആവശ്യമില്ല. നാളെ രാവിലെ വീണ്ടും വയലിലേക്ക് പോകുമ്പോഴേ അതു വേണ്ടതുള്ളൂ. വടി കുത്തി നടക്കാൻ പ്രായമായതുകൊണ്ടല്ല മാഷ് വടി കൈയിൽ കരുതുന്നത്. അറുപത്തിയഞ്ച് വയസ്സ് വടികുത്തി നടക്കേണ്ട പ്രായമല്ലല്ലോ? വയലിലേക്ക് പോകുമ്പോൾ ഏതു പ്രായക്കാരായാലും ഒരു വടി കൈയിൽ കരുതുന്നത് നല്ലതാണെന്ന് കരുതിയിട്ടാണ് മാധവൻ മാഷ് വടിയെടുക്കുന്നത്. നല്ല വഴുക്കുള്ള സ്ഥലമാണെങ്കിൽ വടി കുത്തിപ്പിടിച്ച് ശരീരത്തെ ബലപ്പെടുത്തി നിർത്താൻ അതുപകരിക്കും. അല്ലെങ്കിൽ വഴിയിൽ വല്ല ഇഴജന്തുക്കളുമുണ്ടെങ്കിൽ അതിനെ ആട്ടിയകറ്റാം. പ്രായമായവർ പുറത്തിറങ്ങുമ്പോൾ എന്തു കൊണ്ടും ഒരു വടി കൈയിൽ കരുതുന്നത് നല്ലതാണെന്ന പക്ഷക്കാരനാണ് മാധവൻ മാഷ്.

മാധവൻ മാഷ് വാതിൽ തുറന്ന് അകത്തുകയറി. തലയിൽ കെട്ടിയ മഫ്ളറും കമ്പിളിക്കുപ്പായവും അഴിച്ച് അയയിലിട്ടു. എല്ലാം അതാതിന്റെ സ്ഥാനത്ത് തന്നെ തിരിച്ചുവെക്കുക എന്നത് മാഷുടെ ഒരു ശീലമാണ്. എന്നാൽ പിന്നെ ആവശ്യം വരുമ്പോൾ അതെവിടെയെന്ന് ചോദിച്ച് വീട്ടിൽ ബഹളം വെച്ച് നടക്കേണ്ടതില്ലല്ലോ.

“മീനാക്ഷീ...” മാഷ് അടുക്കളയിലേക്ക് നടന്നുകൊണ്ട് ഭാര്യയെ വിളിച്ചു.

“മാഷ് വന്നുവെന്നു തോന്നുന്നു.” സ്വയം പറഞ്ഞുകൊണ്ട് കിണറ്റിൻകരയിൽ നിന്നും മീനാക്ഷിയമ്മ അടുക്കളയിലേക്ക് കയറിവന്നു.

വയലിൽ പോയി തിരിച്ചുവന്നാൽ നല്ല കടുപ്പത്തിൽ, പഞ്ചസാര ചേർക്കാത്ത ഒരു ഗ്ലാസ് ചായ മാഷ്ക്ക് വേണം. പ്രമേഹമോ മറ്റു അസുഖങ്ങളോ ഉള്ളതുകൊണ്ടല്ല മാഷ് പഞ്ചസാര ചേർത്ത ചായ കുടിക്കാത്തത്. അത് ഒരു ശീലമാണ്. ചെറുപ്പത്തിലേ തുടങ്ങിയ നല്ല ശീലങ്ങളിലൊന്ന്. മാഷ് ഇന്നേവരെ പ്രമേഹത്തിനോ രക്തസമ്മർദ്ദത്തിനോ മരുന്നു കഴിച്ചിട്ടില്ല. അതിന്റെ ആവശ്യം വന്നിട്ടില്ലെന്നതാണ് സത്യം. പഞ്ചസാര നിത്യവും കഴിച്ചാൽ മനുഷ്യന്റെ എല്ലുകൾക്ക് ബലക്ഷയം നേരിടുമെന്ന സത്യം മാഷ്ക്കറിയാം. അറിഞ്ഞുകൊണ്ട് എന്തിനാണ് വിഷം തിന്നുന്നത് എന്ന് മാഷ് ചോദിക്കും. കൂടുതൽ ആരെങ്കിലും തർക്കത്തിനു പോയാൽ മാഷ് ചിരിച്ചുകൊണ്ട് പറയും:

"പണം കൊടുത്ത് കടിക്കുന്ന പട്ടിയെ എന്തിനാ വാങ്ങിക്കുന്നത്?"

പിന്നെ ആരും മാഷോട് തർക്കിക്കാൻ നിൽക്കില്ല. അപ്പോൾ അദ്ദേഹം ഒരു വിജയിയുടെ ഭാവത്തിൽ ചിരിക്കും.

മാഷുടെ ബുദ്ധിപൂർവമുള്ള ശാഠ്യങ്ങൾ കാണുമ്പോൾ മീനാക്ഷിയമ്മ ചിരിക്കും. കഴിഞ്ഞ മുപ്പത്തിയാറ് വർഷങ്ങളായി മാഷുടെ ഓരോരോ ശാഠ്യങ്ങൾ അവർക്കറിയാവുന്നതാണല്ലോ. അപ്പോഴൊക്കെ ഭർത്താവിനെക്കുറിച്ചോർത്ത് സ്വകാര്യമായി അവർ അഭിമാനിക്കും.

മീനാക്ഷിയമ്മ നല്ല കടുപ്പത്തിൽ ചായകൂട്ടി ഒരു വലിയ ഗ്ലാസ്സിലൊഴിച്ച് മാധവൻ മാഷുടെ മുന്നിൽ കൊണ്ടുവെച്ചു.

മാഷ് ചൂടോടെ ചായ ഊതിയൂതി കുടിച്ചു.

അതിനിടയിൽ ഒന്നോ രണ്ടോ വട്ടം മീനാക്ഷിയമ്മയുടെ കണ്ണുകളിലേക്ക് നോക്കി. തന്റെ ഉള്ളിൽ അതിനിഗൂഢമായ ഒരു രഹസ്യം ഒളിഞ്ഞിരിപ്പുണ്ടെന്നും താൻ അതു വെളിപ്പെടുത്താൻ പോകുന്നില്ലെന്നും മാഷ് സ്വയം പറഞ്ഞു. അത്രയ്ക്കും സുന്ദരവും രഹസ്യവുമായ ഒരു അനുഭവത്തിന് താനിന്ന് ദൃക്സാക്ഷിയായതിന്റെ ആനന്ദം; അത് തനിക്ക് മാത്രം അവകാശപ്പെട്ടതാണെന്ന് മാഷ് സ്വയം പറഞ്ഞു. പുകമഞ്ഞ് പെയ്തിറങ്ങിയ വയൽവരമ്പിലൂടെ ഒരു മാലാഖയെപ്പോലെ ചുണ്ടുകളിൽ മന്ദസ്മിതവുമായി പത്മിനി നടന്നു നീങ്ങിയ ആ ദൃശ്യം മാഷ് ഒരിക്കൽക്കൂടി ഓർത്തെടുത്തു.

നാട്ടുനന്മകൾ

മീനാക്ഷിയമ്മ അടുക്കളയിൽനിന്ന് വട്ടം കറങ്ങുകയാണ്. മാധവൻ മാഷ് ഇനിയും വന്നിട്ടില്ല. തെങ്ങിന് തടം തുറക്കാൻ എത്ര പേരുണ്ടെന്ന് മാഷ് പറമ്പിൽനിന്ന് വന്നാലേ കൃത്യമായി അറിയുകയുള്ളൂ. പണിക്കാർക്ക് ചായയും പലഹാരങ്ങളും തയ്യാറാക്കുന്ന തിരക്കിലാണ് മീനാക്ഷിയമ്മ.

രണ്ടുദിവസം മുന്നേ പച്ചരി കുതിർത്ത് ഉണക്കിപ്പൊടിച്ച് കൊണ്ടുവന്നിരുന്നതുകൊണ്ട് ഒന്നും പേടിക്കാനില്ല. ആവശ്യാനുസരണം അരിപ്പൊടി കുഴച്ച് പുട്ടുണ്ടാക്കുകയേ വേണ്ടൂ.

മീനാക്ഷിയമ്മ മാവ് കുഴച്ച് തേങ്ങയും ചേർത്ത് പുട്ടുംകുറ്റിയിൽ നിറച്ച് അടുപ്പത്തുവെച്ച് പിൻതിരിയുമ്പോൾ ഫോൺബെല്ലടിക്കുന്നതുകേട്ട് വേഗം സെൻട്രൽ ഹാളിലേക്ക് വന്ന് ഫോണെടുത്തു.

"ഹലോ... ആരാ..."

ഫോണിനങ്ങേ തലയ്ക്കൽ മകൻ സുനീഷ് ആണെന്നറിഞ്ഞപ്പോൾ മീനാക്ഷിയമ്മയ്ക്ക് വളരെ സന്തോഷം തോന്നി.

"മോനെ സുനീഷേ... എന്തൊക്കെയുണ്ട് നിന്റെ വിശേഷങ്ങൾ? നീയെന്താ ഈയാഴ്ച വിളിച്ചതേയില്ലല്ലോ. സുഖക്കുറവൊന്നുമില്ലല്ലോ." മീനാക്ഷിയമ്മ ചോദിച്ചു.

"ഇല്ല. സുഖക്കുറവൊന്നുമില്ല."ഫോണിനങ്ങേ തലയ്ക്കൽ നിന്ന് സുനീഷിന്റെ മറുപടി വന്നു.

"കുട്ടികൾക്കോ?" പേരക്കുട്ടികളുടെ വിശേഷമറിയാൻ മീനാക്ഷിയമ്മയ്ക്ക് തിടുക്കമായി: "സൂരജ് എന്തു ചെയ്യുന്നു?"

"അവനിവിടെയുണ്ട്."

"മഹിമയോ?"

"അവൾ ഡാൻസ് ക്ലാസ്സിന് പോയിരിക്കുകയാ."

"കുട്ടികളോട് അമ്മാമ്മ ചോദിച്ചതായി പറയണേ."

“ങാ... പറയാം. കാവിന് തായലെക്കണ്ടത്തിലെ നെല്ലൊക്കെ മൂർന്നുകഴിഞ്ഞോ?”

“തായലെക്കണ്ടത്തിലെ നെല്ലൊക്കെ മൂർന്നുകഴിഞ്ഞു. അതിന്റെ കാര്യം പറയാതിരിക്കുന്നതാ ഭേദം. വിളഞ്ഞ നെല്ല് വീട്ടിലെത്തിക്കാൻ പെട്ട പാട്. നമ്മുടെ കമലയും സുജാതയുമൊക്കെ വന്നു നല്ലോണം സഹായിച്ചതുകൊണ്ട് നെല്ല് വെള്ളത്തിലാവാതെ വീട്ടിലെത്തിക്കിട്ടി. അടുത്തയാഴ്ച നീ കുട്ടികളേയും കൂട്ടീറ്റ് ഇങ്ങ് വാ. എന്നിട്ടേ പുത്തരിയാക്കേണ്ടൂന്നാ അച്ഛൻ പറയുന്നേ.”

“അച്ഛൻ വീട്ടിലുണ്ടോ?”

“അച്ഛൻ പറമ്പിലോട്ട് പോയിട്ടാണുള്ളത്. ഇപ്പം വരും. തെങ്ങിന് തടം തുറക്കുന്നുണ്ട്.” മീനാക്ഷിയമ്മ പറഞ്ഞു: “ശരി അടുത്തയാഴ്ച നീ എന്തായാലും കുട്ടികളേയും കൂട്ടീറ്റ് വരണം. ഞാൻ ഫോൺ വെക്കട്ടെ.”

“ശരി. അമ്മേ.” സുനീഷ് പറഞ്ഞു.

മീനാക്ഷിയമ്മ ഫോൺവെച്ച് പിന്തിരിയുമ്പോൾ പുറത്ത് ആരോ വന്നിട്ടുണ്ടെന്ന് തോന്നി.

“മീനാക്ഷിയേച്ചിയേ...” മുറ്റത്തുനിന്നും സുജാത വിളിച്ചു.

“സുജാതേ, ഞാനിതാ വരുന്നു.” മീനാക്ഷിയമ്മ പറഞ്ഞുകൊണ്ട് ധൃതിയിൽ പുറത്തേക്കിറങ്ങിവന്നു.

“ആരോടാ മീനാക്ഷിയേച്ചി സംസാരിക്കുന്നത്?” സുജാത ചോദിച്ചു.

“ബാംഗ്ലൂരിൽ നിന്ന് സുനീഷ് വിളിച്ചതാ.”

“വിശേഷിച്ചെന്തെങ്കിലും?”

“സുനീഷ് വിളിച്ചിട്ട് ഒരാഴ്ചയായി. ഓന് എന്റെ കൂറ്റൊന്ന് കേൾക്കണംന്ന് തോന്നിയിട്ട് വിളിച്ചതാ.” മീനാക്ഷിയമ്മ ചെറുതായി ചിരിച്ചുകൊണ്ട് പറഞ്ഞു.

“അതു നന്നായി.” സുജാത പറഞ്ഞു.

“സുജാതേ, ചോറും കറിയുമൊക്കെ ആയോ?”മീനാക്ഷിയമ്മ ചോദിച്ചു.

“ചോറായി. കറി അടുപ്പത്തുണ്ട്.”

“എന്നാ കറി വെക്കുന്നേ?”

“ആ വളക്കുണ്ടിന്റടുത്ത് ഒരു മത്തൻ മുളച്ചിട്ട് കണ്ടിട്ടില്ലേ. അതിലൊരു വലിയ മത്തനുണ്ടായിരുന്നു. അത് ഇന്ന് പറിച്ചു. അതി

ലൊരു കഷണം അവിടെ മുറിച്ചടുപ്പത്ത് വെച്ചിട്ടാ ഞാനിങ്ങോട്ടു വരുന്നത്. മീനാക്ഷിയേച്ചിക്കിതാ, ഒരു കഷണം മത്തൻ." സുജാത പറഞ്ഞു.

"പച്ച മത്തനാ?" മീനാക്ഷിയമ്മ സന്തോഷത്തോടെ ചോദിച്ചു.

"അതെ."

"മാഷക്ക് പച്ചമത്തൻ വലിയ ഇഷ്ടാ. ഞാനിതിപ്പോൾ തന്നെ മുറിച്ച് ഓലൻ വെച്ചേക്കാം. എന്നാൽ ഉച്ചയ്ക്കൊരു കറിയായി."മീനാക്ഷിയമ്മ വളരെ സന്തോഷത്തോടെ പറഞ്ഞു.

"മാഷില്ലേയിവിടെ?"

"മാഷ് തെങ്ങിൻതോട്ടത്തിൽ പോയിട്ടുണ്ട്. അവിടെ രണ്ടുമൂന്ന് വാല്യക്കാറ് തെങ്ങിന് തടം തുറക്കുന്നുണ്ട്. ഇപ്പം വരും."

"ഇംഗ്ലീഷ് വളം വല്ലതും ഇടുന്നുണ്ടോ?" സുജാത ചോദിച്ചു.

"ഇംഗ്ലീഷ് വളമൊന്നും ഇടാൻ മാഷ് സമ്മതിക്കൂലാ. പച്ചിലവളവും വേപ്പുംപിണ്ണാക്കും മാത്രം ഇട്ടാൽ മതിയെന്നാ മാഷ് പറയുന്നത്. അനാവശ്യമായി രാസവളമുപയോഗിച്ചാൽ മണ്ണിന്റെ പുഷ്ടി നഷ്ടപ്പെടും. സാമ്പത്തികച്ചെലവ് കൂടുകയും ചെയ്യും. ഇവിടെ ധാരാളം തോലും ആലവളവും ഉള്ള സ്ഥിതിയ്ക്ക് നമുക്ക് മറ്റൊന്നിനെക്കുറിച്ച് ചിന്തിക്കുകയേ വേണ്ടല്ലോ."

"അതാ മീനാക്ഷിയേച്ചി നല്ലത്."

"സുജാതയ്ക്ക് സൊസൈറ്റിയില് പാല് കൊണ്ടുപോകണ്ടേ? പശുവിനെ കറന്നോ?"

"ഇല്ല. പോയിട്ടുവേണം പശുവിനെ കറക്കാൻ. ഞാൻ അങ്ങോട്ടു പോയേക്കാം." സുജാത നടന്നു കൊണ്ടു പറഞ്ഞു.

"സുജാത പോലാ, അവിടെ നില്ക്ക്. നമ്മുടെ വടക്കുപുറത്തെ മൈസൂർ വാഴയുടെ കായി മൂന്നുദിവസം മുന്നേ കൊത്തിവെച്ചിരുന്നു. ഇന്നേക്ക് അതെല്ലാം പഴുത്തിട്ടുണ്ട്. ഇവിടെ തിന്നാനാരുമില്ലല്ലോ. അതു കടയില് തൂക്കിക്കൊടുത്തോന്ന് ഞാൻ മാഷോട് പലതവണ പറഞ്ഞതാ... ഇത്രയും രുചിയുള്ള വാഴപ്പഴം എവിടന്ന് കിട്ടാനാ... നമുക്ക് പഴുപ്പിച്ച് തിന്നാമെന്നാ മാഷ് പറയുന്നത്." മീനാക്ഷിയമ്മ ചിരിച്ചുകൊണ്ടു പറഞ്ഞു.

"ഞാനും മാഷും വിചാരിച്ചാലൊന്നും അത് തിന്നു തീർക്കലുണ്ടാവില്ല. സുജാതയും ഒന്നു സഹായിക്ക്. ഇന്നാ കുറച്ച് പഴം വീട്ടിലേക്കെടുത്തോ. കുട്ടികൾക്ക് കൊടുക്ക്." മീനാക്ഷിയമ്മ അകത്തു പോയി പഴമെടുത്തുകൊണ്ടുവന്ന് സുജാതയ്ക്ക് കൊടുത്തു.

"പഴം തിന്നാൻ ഞാൻ ആള് കേമത്തിയാ." സുജാത ചിരിച്ചു കൊണ്ട് പറഞ്ഞു.

"അതെനിക്ക് പണ്ടേ അറിഞ്ഞുകൂടേ..." മീനാക്ഷിയമ്മ പൊട്ടിച്ചിരിച്ച് കൊണ്ട് പറഞ്ഞു.

അപ്പോഴേക്കും വീടിന്റെ മുൻവശത്തുനിന്നും മാധവൻ മാഷ് വിളിക്കുന്നത് കേട്ടു.

"മീനാക്ഷിയേ... കുറച്ച് സംഭാരമിങ്ങെടുത്തേ..."

"അപ്പുറത്ത് മാഷ് വന്നെന്ന് തോന്നുന്നു. എന്നാൽ ഞാൻ പോയിക്കോളാം മീനാക്ഷിയേച്ചിയേ..."

"എന്നാൽ സുജാത പോട്. ഞാൻ മാഷക്ക് കുറച്ച് വെള്ളം കൊടുക്കട്ടെ."

സുജാത പോയപ്പോൾ മീനാക്ഷിയമ്മ അടുക്കളയിലേക്ക് കയറിപ്പോയി. ഒരു മുരടയിൽ കുറച്ച് സംഭാരമെടുത്ത് ഏന്തിയതിനു ശേഷം മാധവൻ മാഷക്ക് കൊണ്ടുകൊടുത്തു.

മാഷ് സംഭാരം കുടിച്ച് ഏമ്പക്കം വിട്ടുകൊണ്ട് പറഞ്ഞു:

"അസ്സലായിട്ടുണ്ട് സംഭാരം. നാരങ്ങാച്ചപ്പും ഇഞ്ചിയും കറിവേപ്പിലയും പച്ചപ്പറങ്കിയുമൊക്കെ ചതച്ചിട്ടതുകൊണ്ട് ബഹുരുചിയുണ്ട്."

"തൈക്ക് തടം തുറക്കാൻ എത്രപേരുണ്ട്?" മീനാക്ഷിയമ്മ ചോദിച്ചു.

"മൂന്നാളുണ്ട്. ഭാസ്കരൻ, ചന്ദ്രൻ, നാരായണൻ."

"ബാംഗ്ലൂരിൽ നിന്ന് സുനീഷ് വിളിച്ചിരുന്നു."

"അതെപ്പോഴും അങ്ങനെയാ. ഞാനിവിടെയുണ്ടാവുമ്പോൾ ആരും വിളിക്കൂലാ. ഞാനീ വളപ്പിന്ന് താഴോട്ടിറങ്ങുമ്പോൾ വിളി വരികയും ചെയ്യും." മാഷ് ചിരിച്ചുകൊണ്ട് പറഞ്ഞു.

"നിങ്ങളിവിടെ ഇരിക്കുന്നുണ്ടോ പറമ്പിൽ കൊത്തും കിളയും നടക്കുന്നിടത്ത് പോയിട്ടുണ്ടോ എന്നൊന്നും മക്കളിപ്പം അറിയില്ലല്ലോ?"

"ഞാൻ ആരെയും കുറ്റം പറയുകയല്ല. അവർ നമ്മുടെ അടുത്തു ഉണ്ടായിരുന്നെങ്കിൽ ഈ കൃഷികളൊക്കെ നോക്കിനടത്താൻ ഞാനിങ്ങനെ ഓടിനടക്കേണ്ടല്ലോ എന്നോർത്തിട്ടാ. അവരിവിടെ ഉണ്ടായിരുന്നെങ്കിൽ എനിക്കൊരു കൈസഹായം ആവുകയും ചെയ്യും. അതുകൊണ്ടാ ഞാൻ പറയുന്നേ."

"സുനീഷ് പ്ലസ്ടു പാസ്സായപ്പോൾ ഞാൻ പറഞ്ഞതല്ലേ അവനെ ഡിഗ്രിക്ക് ചേർത്താൽ മതിയെന്ന്. എന്നാൽ അവനൊരു ബിഎഡുമെടുത്ത് ഒരധ്യാപകനായി നമ്മുടെ കൂടെത്തന്നെയുണ്ടാവുമായിരുന്നു." മീനാക്ഷിയമ്മ പറഞ്ഞു: "നിങ്ങൾക്കല്ലേ അവനെ എൻജിനീയറിങ്ങിന് തന്നെ ചേർക്കണമെന്ന് നിർബന്ധമുണ്ടായിരുന്നത്. എന്നിട്ടിപ്പോ എന്തായി? അവൻ നന്നായി പഠിച്ച് പാസ്സായി ബാംഗ്ലൂരിൽ ഒരു മൾട്ടിനാഷണൽ കമ്പനിയിൽ സോഫ്റ്റ്‌വെയർ എഞ്ചിനീയറായി. ഇതാണ് ഞാൻ പറഞ്ഞത്, കുട്ടികൾക്ക് കൂടുതൽ വിദ്യാഭ്യാസം കൊടുത്താൽ അവരെ നമുക്ക് കിട്ടില്ലാന്ന്. അന്ന് ഞാൻ പറഞ്ഞ വാക്കിന് നിങ്ങൾ ഒരു വിലയും കല്പിച്ചില്ല. ഇപ്പോൾ നിങ്ങളെന്നെ കുറ്റം പറഞ്ഞിട്ടൊരു കാര്യവുമില്ല."

മീനാക്ഷിയമ്മ പറഞ്ഞത് സത്യം തന്നെയാണ്. മാധവൻ മാഷ് മീനാക്ഷിയമ്മയെ സൂക്ഷിച്ചുനോക്കിക്കൊണ്ട് പറഞ്ഞു: "മക്കൾക്ക് ബാല്യത്തിൽ വിദ്യാഭ്യാസം നൽകാത്ത മാതാപിതാക്കൾ ശത്രുക്കൾക്ക് തുല്യരാണെന്ന് ഒരു ചൊല്ലുണ്ട്."

മീനാക്ഷിയമ്മ ചെറുതായി ചിരിച്ചുകൊണ്ട് ചോദിച്ചു: "അതൊക്കെ പഴയകാല സങ്കല്പമല്ലേ. ഇന്നത്തെ കാലത്ത് മക്കൾക്ക് ഉയർന്ന വിദ്യാഭ്യാസം നൽകിയാൽ മക്കൾ നാടുകടന്ന് പോവുകയും രക്ഷിതാക്കൾ ശിഷ്ടകാലം നരകയാതന അനുഭവിക്കേണ്ടിവരികയും ചെയ്യും."

"എന്നിട്ടെന്താ അവൻ പറഞ്ഞേ?" മാധവൻ മാഷ് ചോദിച്ചു.

"നമ്മൾ രണ്ടുപേരും ഇവിടെ ഇങ്ങനെ കാട്ടിലും ചളിയിലും കഴിഞ്ഞുകൂടണ്ടാ. പെട്ടെന്ന് തന്നെ ബാംഗ്ലൂരിലേക്ക് പോകാൻ തയ്യാറായിക്കോന്ന്."

"എന്നിട്ട് നീയെന്തു പറഞ്ഞു?"

"ഞാനീ മണ്ണുവിട്ട് എങ്ങും വരുന്നില്ലാന്ന് ഉറപ്പിച്ച് പറഞ്ഞു."

"അതു നന്നായി."

"സുനീഷിനോട് അടുത്തയാഴ്ച കുട്ടികളേയും കൂട്ടി ഇങ്ങോട്ടു വരാൻ ഞാൻ പറഞ്ഞിട്ടുണ്ട്. ഈ വർഷത്തെ പുത്തരി നമുക്കെല്ലാവർക്കും ഒന്നിച്ച് ഉണ്ണണമെന്ന് ഞാൻ നിർബന്ധം പിടിച്ച് പറഞ്ഞപ്പോൾ അവൻ ഏതാണ്ട് സമ്മതിച്ചിട്ടുണ്ട്."

"വരുമോ?" മാധവൻ മാഷ് ചോദിച്ചു.

"വരും." മീനാക്ഷിയമ്മ പറഞ്ഞു.

പൂവനും പിടയും

പുറത്ത് ഒരു കാർ വന്നുനിൽക്കുന്ന ശബ്ദം കേട്ട് മാധവൻ മാഷും മീനാക്ഷിയമ്മയും വരാന്തയിലേക്ക് വന്നു.

സുനീഷും നിഖിലയും സൂരജിനേയും മഹിമയേയും കൂട്ടി കാറിൽ നിന്നും പുറത്തേക്കിറങ്ങി.

ഡ്രൈവർ കാറിന്റെ ഡിക്കി തുറന്ന് ലഗേജുകളെടുത്ത് പുറത്തുവെച്ചു.

സുനീഷ് പേന്റ്സിന്റെ പിന്നിലെ പോക്കറ്റിൽ തിരുകിവെച്ച, ധാരാളം പണം സൂക്ഷിച്ച പേഴ്സെടുത്ത് തുറന്ന് ഡ്രൈവർ ആവശ്യപ്പെട്ട തുക നൽകി.

വളരെ സന്തോഷത്തോടെയും അധികാരഭാവത്തോടെയും ട്രിപ് വിളിച്ച്, ലക്ഷ്യസ്ഥാനത്തെത്തി, അർഹതപ്പെട്ട തുക ആവശ്യപ്പെടുമ്പോൾ യാത്രക്കാരന്റെ കണ്ണുകളിൽ സാധാരണയായി ഒരു തർക്കഭാവം തെളിയാറുള്ളതാണ്. എന്നാൽ സുനീഷ് യാതൊരു വിലപേശലിനും നിൽക്കാതെ ആവശ്യപ്പെട്ട പണം എണ്ണിത്തന്ന് തന്റെ സേവനത്തെ, അധ്വാനത്തെ മാനിച്ചതിൽ ഡ്രൈവർക്ക് അതിയായ സന്തോഷം തോന്നി. അയാൾ യാത്രാനുവാദം ചോദിച്ച് കാറോടിച്ച് പോയി.

സുനീഷും നിഖിലയും ഭാരമുള്ള ബേഗുകളെടുത്തുകൊണ്ട് വീട്ടിലേക്ക് കയറി. പിന്നാലെ കുട്ടികളും.

മീനാക്ഷിയമ്മ അകത്തുപോയി കുടിക്കാൻ വെള്ളം കൊണ്ടുവന്ന് എല്ലാവർക്കും നൽകി.

“യാത്രയൊക്കെ സുഖമായിരുന്നോ?” മാധവൻ മാഷ് ചോദിച്ചു.

“സുഖമായിരുന്നു.” സുനീഷ് പറഞ്ഞു.

“വാ...എന്റെ മക്കൾ വാ...” മീനാക്ഷിയമ്മ സൂരജിനേയും മഹിമയേയും അടുത്തേക്ക് വിളിച്ചു.

മഹിമ ചിരിച്ചുകൊണ്ട് അമ്മാമ്മയുടെ അടുത്തുചെന്നുനിന്നു.

മീനാക്ഷിയമ്മ മഹിമയെ തന്റെ ശരീരത്തിലേക്ക് ചേർത്തുപിടിച്ചു. മഹിമയുടെ കൊച്ചുഹൃദയത്തിന്റെ മിടിപ്പും സിരകളിലൂടെ രക്തം സഞ്ചരിക്കുന്നതിന്റെ തുടിപ്പും അവർ തന്റെ ശരീരത്തിലേക്ക് ഏറ്റുവാങ്ങി. തന്നിൽനിന്നും പുറപ്പെട്ടുപോയ രക്തത്തിന്റെ ചൂട് അവർ തന്റെ ശരീരം കൊണ്ട് തൊട്ടറിഞ്ഞു. മീനാക്ഷിയമ്മ വാത്സല്യത്തോടെ മഹിമയേയും സൂരജിനേയും ചേർത്തുപിടിച്ചുകൊണ്ട് അടുക്കളയിലേക്ക് പോയി.

സുനീഷ് അകത്തുചെന്ന് സോഫയിൽ ഇരുന്നു. അവന് പിന്നാലെ മാധവൻ മാഷും അകത്തേക്ക് വന്നു.

മാധവൻ മാഷ് അല്പസമയം സുനീഷിനെത്തന്നെ നോക്കിയിരുന്നു. പിന്നീട് എന്തോ ആലോചിച്ചുകൊണ്ട് സുനീഷിനോട് ചോദിച്ചു:

“ആഗോള സാമ്പത്തിക മാന്ദ്യം തുടങ്ങിയതിനുശേഷം ഐ.ടി മേഖലകളിലെ സ്ഥിതിയൊക്കെ എങ്ങനെ...വളർച്ചയോ തളർച്ചയോ?”

“ഒന്നും പ്രവചിക്കാൻ പറ്റാത്ത ഒരവസ്ഥയാണുള്ളത്. ഇപ്പോൾ ജോലി ചെയ്യുന്നവർക്കൊക്കെ ഒരുപക്ഷേ ഇതേ നിലയിൽ അല്പകാലം തുടർന്നുപോകാൻ കഴിഞ്ഞേക്കും. എങ്കിലും എന്തോ ഒരനിശ്ചിതത്വം നിലനിൽക്കുന്നുണ്ട്.”

“അവിടുത്തെ കാർഷികമേഖലയൊക്കെ എങ്ങനെ ശ്രദ്ധിക്കാറുണ്ടോ?’

“അവരെല്ലാ രംഗത്തും സജീവമാണ്.”

“നമ്മളെയപേക്ഷിച്ച് അല്ലേ?” മാധവൻ മാഷ് ചെറുതായി പുഞ്ചിരിച്ചുകൊണ്ട് ചോദിച്ചു. അച്ഛന്റെ ആ തമാശയിൽ പങ്കുചേർന്നുകൊണ്ട് സുനീഷും ചിരിച്ചു.

“അവിടുത്തെ കൃഷിത്തൊഴിലാളികൾക്ക് കൂലിയൊക്കെ എങ്ങനെ?”

“ഇവിടുത്തെയപേക്ഷിച്ച് കുറവാണ്. എന്നാലും തരക്കേടില്ല.”

“എഴുപതുകൾക്കുശേഷം നമ്മുടെ തൊഴിലാളികൾ മുഴുവൻ ഗൾഫിലേക്ക് പോയതിന്റെ നന്മതിന്മകൾ ഒന്നിച്ചനുഭവിക്കുകയാണ് നമ്മളിപ്പോൾ. പിന്നെ അമിതമായ രാഷ്ട്രീയവൽക്കരണവും കാർഷികരംഗത്തുനിന്ന് ജനങ്ങളെ അകറ്റിയിട്ടുണ്ടെന്ന് ഞാൻ കരുതുന്നു.”

Smi

"ഒരു വൈറ്റ് കോളർ സംസ്കാരം ഇവിടെ രൂപപ്പെട്ടുവന്നതിന്റെ പിന്നിൽ ഈ രണ്ടു കാരണങ്ങളുമുണ്ട്."

"കർഷകത്തൊഴിലാളികൾക്ക് വേണ്ടത്ര പരിഗണന ഇനിയും നമ്മുടെ സമൂഹത്തിൽ ലഭിച്ചിട്ടില്ല. അതൊക്കെ ഒരു മൂന്നാം കിട തൊഴിലാണെന്നാ എല്ലാവരുടേയും വിചാരം. അതു മാറ്റിമറിക്കാൻ ഞാനാലോചിച്ചിട്ട് രണ്ടുവഴികളെ മുന്നിൽ കാണുന്നുള്ളൂ." മാധവൻ മാഷ് പറഞ്ഞു.

"എന്താണത്?" സുനീഷ് ജിജ്ഞാസയോടെ ചോദിച്ചു.

"ഒന്ന്, നിങ്ങളെപ്പോലുള്ള അഭ്യസ്തവിദ്യരായ ചെറുപ്പക്കാർ വളരെ താല്പര്യത്തോടുകൂടി കാർഷിക മേഖലയിലേക്ക് വരണം. അങ്ങനെ വന്നാൽ മറ്റുള്ളവർക്കൊക്കെ കൃഷിയിൽ നല്ല താല്പര്യമുണ്ടാവും. രണ്ട്, കർഷകത്തൊഴിലാളികൾക്ക് ഉയർന്ന ആനുകൂല്യങ്ങൾ സർക്കാർ നൽകണം. കർഷകത്തൊഴിലാളികൾക്ക് നഷ്ടപ്പെട്ട ആത്മവിശ്വാസം തിരിച്ചുപിടിക്കാൻ കഴിഞ്ഞാലേ തകർന്നടിഞ്ഞ നമ്മുടെ കാർഷികമേഖലയെ പുനർജീവിപ്പിക്കാൻ കഴിയൂ എന്നാണെന്റെ അഭിപ്രായം."

നിഖില ചായയും പലഹാരങ്ങളുമായി സെൻട്രൽ ഹാളിലേക്ക് വന്നു. മാധവൻ മാഷക്കും സുനീഷിനും നൽകി.

അവർ ഓരോരോ നാട്ടുവിശേഷങ്ങൾ പറഞ്ഞുകൊണ്ട് ചായ കുടിച്ചു.

മഹിമ അടുക്കളയിൽ നിന്ന് ഓടിവന്ന് മാധവൻ മാഷുടെ കൈ പിടിച്ചുകൊണ്ട് പറഞ്ഞു: "അച്ഛാച്ഛനെ അമ്മാമ്മ വിളിക്കുന്നുണ്ട്. അച്ഛനും വാ, ഒന്നു കാണണമെങ്കില്..."

"എന്താണ് ഇത്രയും വിശേഷപ്പെട്ട കാര്യം?" സുനീഷ് കൗതുകത്തോടെ മഹിമയോട് ചോദിച്ചു.

"അതു അവിടെ വന്നാലെ പറയൂ..." മഹിമ പറഞ്ഞു.

"എന്നാൽ ഞാൻ ഇതാ വന്നേക്കാം." സുനീഷ് പറഞ്ഞു.

"അച്ഛാച്ഛനും വാ." മഹിമ മാധവൻ മാഷെ പിടിച്ചു വലിച്ചുകൊണ്ട് അടുക്കളയിലേക്ക് നടന്നു.

വീടിന്റെ അടുക്കളപ്പുറത്തെ വരാന്തയിലിരുന്ന് മീനാക്ഷിയമ്മ അല്പം വിസ്താരമുള്ള ഒരു ചൂരൽകൂട്ടയിൽ പഴയ ഒരു പായയുടെ കഷണം വിരിച്ച് ഉമിനിരത്തി കോഴിമുട്ട കാപ്പില് വെക്കാനുള്ള ഒരുക്കത്തിലേർപ്പെട്ടു. അപ്പോഴേക്കും മഹിമ അച്ഛനേയും അച്ഛാച്ഛ

നേയും കൂട്ടി അവിടേക്ക് വന്നു.

"അമ്മാമ്മേ ഇതെന്തിനാ ഈ കൂട്ടയിൽ ഉമി നിരത്തുന്നേ?" സൂരജ് ചോദിച്ചു.

"അത്, നമ്മുടെ ആ കോഴിയില്ലേ. അതിനെ കാപ്പില് വെക്കാൻ." മീനാക്ഷിയമ്മ പറഞ്ഞു.

"കാപ്പില് വെക്കാൻന്ന് പറഞ്ഞാലെന്താ അമ്മാമ്മേ?"മഹിമ ചോദിച്ചു.

"കോഴിക്കുഞ്ഞിനെ വിരിയിക്കാൻ മുട്ട അടവെയ്ക്കുന്നതിനെയാണ് കാപ്പില് വെക്കുക എന്ന് പറയുന്നത്. മനസ്സിലായോ?" മീനാക്ഷിയമ്മ ചോദിച്ചു.

അതുകേട്ടതോടെ മഹിമയുടെ ജിജ്ഞാസ വർധിച്ചു. അടക്കിനിർത്താനാവാത്ത കൗതുകത്തോടെ അവൾ ചോദിച്ചു: "അതെങ്ങനെയാ കോഴിക്കുഞ്ഞുണ്ടാവുക?"

മീനാക്ഷിയമ്മ മഹിമയുടെ കണ്ണുകളിലേക്ക് സൂക്ഷിച്ചുനോക്കി. കഥ കേൾക്കാൻ ആഗ്രഹിക്കുന്ന ഒരു കുട്ടിയുടെ കണ്ണുകൾ പോലെ മഹിമയുടെ കണ്ണുകൾ ആകാംക്ഷയോടെ വിടർന്നുനിൽക്കുന്നത് മീനാക്ഷിയമ്മ കണ്ടു.

"അതിനൊക്കെ ഒരു സൂത്രമുണ്ട്. അതു ഞാൻ നിനക്ക് പറഞ്ഞുതരാം. ശ്രദ്ധിച്ചുകേട്ടോളൂ." മീനാക്ഷിയമ്മ പറഞ്ഞു.

"ആദ്യം ഇതുപോലെയുള്ള ഒരു കൂട്ടയെടുക്കുക."

"എന്നിട്ട്?" മഹിമ ചോദിച്ചു.

"എന്നിട്ട്, അതിൽ ഒരു പഴയ പായയുടെ കഷണം വിരിക്കണം. അതിനുമേലെ കുറച്ച് ഉമിനിരത്തുക."

"അതെന്തിനാ?" മഹിമ ചോദിച്ചു.

"കോഴിമുട്ടകളൊന്നും ഉരുണ്ടുപോകാതെ അടുപ്പിച്ച് നിർത്തുവാനാണ് ഉമി നിരത്തുന്നത്."

"എന്നിട്ടോ?"

"എന്നിട്ട്, കുറച്ച് കരിക്കട്ടയും മഞ്ഞളും ഉമിയിൽ പൂഴ്ത്തിവെക്കുക. പിന്നെ ഒരു ഇരുമ്പ് കഷണമെടുത്ത് ഉമി വിരിച്ച പായയുടെ അടിയിൽ വെക്കുക."

"അതെന്തിനാ അങ്ങനെ വെക്കുന്നേ?" സൂരജ് ചോദിച്ചു.

"അതൊക്കെ കോഴിമുട്ട കെട്ടുപോകാതിരിക്കാൻ ചെയ്യുന്ന ചില സൂത്രപ്പണികളാ..." മീനാക്ഷിയമ്മ പറഞ്ഞു.

"എന്നാലോ?" മഹിമ ചോദിച്ചു.

"എന്നിട്ട് കുറച്ച് മുട്ടകൾ ഉമിയിൽ നിരത്തി വെച്ചതിനുശേഷം തള്ളക്കോഴിയെ പിടിച്ച് അതിനുമീതെ അടയിരുത്തുക. അതിനെയാണ് കാപ്പില് വെക്കുക എന്നു പറയുന്നത്. ഇപ്പോൾ മനസ്സിലായോ?" മീനാക്ഷിയമ്മ ചോദിച്ചു.

"മനസ്സിലായി." സൂരജ് പറഞ്ഞു.

മഹിമയും മനസ്സിലായെന്ന അർത്ഥത്തിൽ തലകുലുക്കി.

"വാ. ഇനി എല്ലാവരും വന്ന് ഓരോ മുട്ടയെടുത്ത് 'പൂവനും പിടയും' എന്നു പറഞ്ഞുകൊണ്ട് ഇതാ ഇതില് വെച്ചോ..."

"ഞാനാദ്യം വെക്കാം." മഹിമ പറഞ്ഞു.

"ങ്ഹാ... മഹിമ മോളാദ്യം വെയ്ക്ക്." മാധവൻ മാഷ് പറഞ്ഞു.

"പിന്നെ ഞാൻ..." സൂരജ് പറഞ്ഞു.

മഹിമ ഒരു കോഴിമുട്ടയെടുത്ത് 'പൂവനും പിടയും' എന്നു പറഞ്ഞുകൊണ്ട് കൂട്ടയിലെ ഉമിയിൽ വെച്ചു.

"ഇനി സൂരജ് മോൻ വെയ്ക്ക്." മാധവൻ മാഷ് പറഞ്ഞു.

"പൂവനും പിടയും... പൂവനും പിടയും..." സൂരജ് ഒരു കോഴിമുട്ടയെടുത്ത് കാപ്പില് വെച്ചു.

പിന്നീട്, മാധവൻ മാഷും മീനാക്ഷിയമ്മയും നിഖിലയും ഓരോ മുട്ടയെടുത്ത് 'പൂവനും പിടയും' പറഞ്ഞുകൊണ്ട് കാപ്പില് വെച്ചു.

"എല്ലാവരും കൂടി മുട്ട അടയിരിക്കാൻ വെച്ചു അല്ലേ?" മീനാക്ഷിയമ്മ കുട്ടികളോട് ചോദിച്ചു. "എന്നാൽ ആ തള്ളക്കോഴിയെ പിടിച്ച് ഈ മുട്ടകളുടെ മീതെ ഇരുത്തൂ..."

"ഞാൻ പിടിക്കണോ?" സൂരജ് എഴുന്നേറ്റുകൊണ്ട് ചോദിച്ചു.

"വേണ്ട, വേണ്ട. ഞാൻ പിടിച്ച് തരാം." മാധവൻ മാഷ് പറഞ്ഞു. മാഷ് പതുങ്ങിപ്പതുങ്ങി സൂത്രത്തിൽ കോഴിയുടെ പിന്നാലെ പോയി.

മഹിമയും സൂരജും കൗതുകത്തോടെ നോക്കിനിന്നു.

മാധവൻ മാഷ് ഒറ്റക്കുതിപ്പിൽ കോഴിയെ കടന്നുപിടിച്ചുകൊണ്ട് പറഞ്ഞു: "ഇതാ, ഞാനിതിനെ പിടിച്ചേ..."

കോഴിയുമായി ഒരു വിജയിയുടെ ഭാവത്തിൽ മാധവൻ മാഷ് കുട്ടികളുടെ അടുത്തേയ്ക്ക് വന്നു.

"ഇന്നാ ഇനി ഇതിനെ കാപ്പില് വെച്ചോ." മാധവൻ മാഷ് കോഴിയെ മീനാക്ഷിയമ്മയ്ക്ക് കൈമാറി.

മുട്ടകൾ നിരത്തിയ കൂട്ടയെടുത്തു വരാന്തയുടെ ഒരു മൂലയിലേക്ക് നീക്കവെച്ചതിനുശേഷം മീനാക്ഷിയമ്മ കോഴിയെ അതിൽ അടയിരുത്തി.

"ഇനി ഇരുപത്തിയൊന്നു ദിവസം കഴിയുമ്പോൾ ഈ മുട്ടകളെല്ലാം വിരിഞ്ഞ് നല്ല ഓമനത്തമുള്ള കോഴിക്കുഞ്ഞുങ്ങൾ പുറത്തുവരും." മീനാക്ഷിയമ്മ മഹിമയോടും സൂരജിനോടും പറഞ്ഞു.

"ഹായ്! എന്തുഭംഗിയായിരിക്കും കോഴിക്കുഞ്ഞുങ്ങളെ കാണാൻ." മഹിമ ആശ്ചര്യം പ്രകടിപ്പിച്ചു.

"ബാംഗ്ലൂരിലൊക്കെ എങ്ങനെയാ കോഴിമുട്ട വിരിയിക്കുന്നതെന്നറിയോ?" സൂരജ് ചോദിച്ചു.

"ഇല്ല." മഹിമ പറഞ്ഞു.

"അവിടെയൊക്കെ 'ഹാച്ചറി'ൽ വെച്ചാ കോഴിമുട്ട വിരിയിക്കുന്നേ." സൂരജ് പറഞ്ഞു.

"അപ്പോ ഇതോ?" മഹിമ ചോദിച്ചു.

"ഇതൊക്കെ നാട്ടിൻപുറത്തെ അമ്മൂമ്മമാരുടെ കൊച്ചുകൊച്ചു സൂത്രങ്ങളാ."

"അമ്മാമ്മയ്ക്കപ്പോൾ നല്ല സൂത്രമുണ്ട് അല്ലേ?" മഹിമ മീനാക്ഷിയമ്മയെ കെട്ടിപ്പിടിച്ചുകൊണ്ട് ചോദിച്ചു.

"പിന്നെ! അമ്മാമ്മയുടെ കൈയിൽ എന്തെല്ലാം സൂത്രങ്ങളുണ്ട്. നിങ്ങൾ രണ്ടുപേരും ഇവിടെ നിൽക്കുകയാണെങ്കിൽ അതെല്ലാം അമ്മാമ്മ നിങ്ങൾക്ക് കാണിച്ചുതരും." മാധവൻ മാഷ് പറഞ്ഞു.

"അപ്പോൾ..." ഒരു നിമിഷം ആലോചിച്ചുകൊണ്ട് മഹിമ ചോദിച്ചു. "എനിക്ക് സ്കൂളിൽ പോകണ്ടേ..."

"അതിനെന്താ വിഷമം. ഈ നാട്ടിലും സ്കൂളുണ്ടല്ലോ. നിങ്ങളെ രണ്ടുപേരെയും ഞാനിവിടെ ചേർക്കാം. പോരെ?" മാധവൻ മാഷ് ചോദിച്ചു.

"ഹായ് അതുമതി." മഹിമ പറഞ്ഞു: "സൂരജേട്ടാ... നമുക്ക് രണ്ടുപേർക്കും അമ്മാമ്മയുടേയും അച്ഛാച്ഛന്റേയും കൂടെ ഇവിടെ നിൽക്കാം."

"ഇവിടെ നിൽക്കാൻ നിനക്കിഷ്ടാ...?" സൂരജ് ചോദിച്ചു.

"എനിക്കിഷ്ടാ... സൂരജേട്ടനോ?" മഹിമ ചോദിച്ചു.

"എനിക്ക് വെല്യ ഇഷ്ടാ..." സൂരജ് പറഞ്ഞു.

വെയിൽ വെള്ളം കുടിക്കാൻ പോകുമ്പോൾ

"**വെ**യിൽ വെള്ളം കുടിക്കാൻ പോയെന്നു തോന്നുന്നു. ഇനി ആ നെല്ലൊക്കെ അടിച്ചുവാരി കൂട്ടിക്കോളൂ..." മാധവൻ മാഷ് മീനാക്ഷിയമ്മയെ നോക്കി പറഞ്ഞു.

സൂരജും മഹിമയും മുഖത്തോടു മുഖം നോക്കി.

വെയിൽ വെള്ളം കുടിക്കാൻ പോകുമെന്ന കാര്യം ആദ്യമായിട്ടാണ് അവർ കേൾക്കുന്നത്.

മഹിമ അത്ഭുതത്തോടെ മാധവൻ മാഷുടെ മുഖത്തേക്ക് നോക്കി ചോദിച്ചു:

"അച്ഛാച്ഛൻ പറഞ്ഞത് സത്യമാ..."

"എന്തോന്ന്?" മാധവൻ മാഷ് ചോദിച്ചു.

"വെയില് വെള്ളം കുടിക്കാൻ പോയെന്ന്..."

"ങ്ഹും...ശരിയാ... ഇത്രയും സമയം ഈ മുറ്റത്ത് നല്ല വെയിലുണ്ടായിട്ടില്ലേ?"

"ങാ, ഉണ്ടായിട്ടുണ്ട്."

"ഇപ്പോഴില്ലല്ലോ..."

"ഇല്ല."

"അതിപ്പോ എവ്ടെ പോയെന്നാ നിങ്ങളുടെ വിചാരം?"

"എനിക്കറിയില്ല."

"സൂരജിനറിയോ?"

"എനിക്കും അറിയില്ല."

"കുറേ സമയം വെയിലിങ്ങനെ ഉദിച്ചുനിൽക്കുമ്പോൾ ഒരു ഭാഗത്തു കൂടെ തണലിങ്ങനെ വരും. പിന്നെ കുറച്ച് സമയത്തേക്ക് വെയിലിന് അത്ര തിളക്കമുണ്ടാവില്ല. അങ്ങനെയുള്ളപ്പോ...പണ്ടേ ആളുകള് പറയുന്നത് വെയില് വെള്ളം കുടിക്കാൻ പോയിയെന്നാണ്. അല്പസമയം കഴിഞ്ഞാൽ പെട്ടെന്ന് വെയിലിങ്ങനെ പാറിവ

രും!! മാധവൻ മാഷ് പറഞ്ഞു.

മീനാക്ഷിയമ്മ തലയിൽ ഒരു തോർത്തുമുണ്ട് കെട്ടിക്കൊണ്ട് മുറ്റത്തേക്ക് വന്നു. വന്നപാടെ ഉടുത്തമുണ്ടിന്റെ കീഴറ്റമെടുത്ത് അരയിൽ കുത്തി. കാല് കൊണ്ട് നെല്ല് മാടിക്കൂട്ടി. അടിച്ചുവാരി.

“ഈ നെല്ലിപ്പോ തൂറ്റുന്നോ? “മീനാക്ഷിയമ്മ മാധവൻ മാഷോട് ചോദിച്ചു.

“തൂറ്റുന്നെങ്കിൽ തൂറ്റിക്കോ.” മാധവൻ മാഷ് പറഞ്ഞു.

“എന്നാൽ ഞാൻ സുജാതയെ ഓല പിടിക്കാൻ വിളിക്കട്ട്.” മീനാക്ഷിയമ്മ നടന്നുകൊണ്ട് പറഞ്ഞു. പിന്നീട്, സുജാതയുടെ കയ്യാലയ്ക്കരികിലേക്ക് പോയി.

“സുജാതേ, തിരക്കില്ലെങ്കിൽ നീ ഒന്നിപ്രം വന്നാൻ.”

“എന്തേ...” വീടിനുള്ളിൽ നിന്നും സുജാത വിളിച്ചു ചോദിച്ചു.

“വാ... ഒന്നീ ഓല വീശിയേ.”

അപ്പോൾത്തന്നെ സുജാത വന്നു.

മീനാക്ഷിയമ്മ കൂട്ടയിൽ നിറയെ നെല്ല് വാരിനിറച്ച് എടുത്തുയർത്തി.

സുജാത കാറ്റോലയെടുത്ത് വീശി.

അമ്മാമ്മയും സുജാതേച്ചിയും നെല്ല് തൂറ്റുന്നത് കുട്ടികൾ രണ്ടുപേരും കൗതുകത്തോടെ നോക്കിനിന്നു.

“അമ്മാമ്മ എന്നാ പണിയെടുക്ക്ന്ന്?” മഹിമ മീനാക്ഷിയമ്മയെ നോക്കി ചോദിച്ചു.

“അതൊക്കെ ചെറിയ ചെറിയ സൂത്രങ്ങളാണ്. നിങ്ങൾക്ക് രണ്ടാൾക്കും ഞാനത് പറഞ്ഞുതരാം.” മാധവൻ മാഷ് പറഞ്ഞു.

“ങ്ഹാ...” സൂരജ് കഥ കേൾക്കാൻ തയ്യാറായി.

“ഉച്ചയ്ക്ക് ഈ മുറ്റം നിറയെ നെല്ല് ഉണക്കാനിട്ടിട്ട് കണ്ടിട്ടില്ലേ? എന്തിനാ അതുണക്കുന്നത്?” മാധവൻ മാഷ് ചോദിച്ചു.

“എനിക്കറിയില്ല.” മഹിമ പറഞ്ഞു.

“എനിക്കും അറിയില്ല.” സൂരജ് പറഞ്ഞു.

മാധവൻ മാഷ് സൂരജിനേയും മഹിമയേയും സൂക്ഷിച്ചുനോക്കിക്കൊണ്ട് പറഞ്ഞു: “വയലിൽ നിന്ന് മൂർന്നുകൊണ്ടുവരുന്ന നെല്ല് ഉണക്കി കേടു കൂടാതെ സൂക്ഷിക്കാനുള്ള ചില സൂത്രപ്പണികളൊക്കെയുണ്ട്. ആദ്യം ഈ നെല്ല് ഒരാളിങ്ങനെ കൂട്ടയിൽ കോരിയെടുത്ത് ഉയർത്തിപ്പിടിച്ച് താഴേക്ക് ചൊരിയും. അപ്പോൾ, മറ്റൊരാൾ ഒ

Smitha

രു ഓലകൊണ്ട് ഇങ്ങനെ വീശിക്കൊടുക്കും. അന്നേരം നെല്ലിനോടൊപ്പമുള്ള പുല്ലും പൊടിയും നെല്ലിന്റെ ചൂളികളുമെല്ലാം കാറ്റിൽ പാറിപ്പോവും. അങ്ങനെയാണ് നെല്ല് വൃത്തിയാക്കിയെടുക്കുന്നത്. ഇതാ കണ്ടോ, അമ്മാമ്മ നെല്ലെടുത്ത് ഉയർത്തിപ്പിടിച്ച് ചൊരിയുമ്പോൾ സുജാതേച്ചി ഒരു ഓലകൊണ്ട് വീശുന്നതു കണ്ടില്ലേ?"

"ങാ... കണ്ടു." മഹിമ പറഞ്ഞു.

"എങ്ങനെയുണ്ട്, അമ്മാമ്മേന്റേം സുജാതേച്ചിന്റേം സൂത്രവിദ്യ. കൊള്ളാമല്ലോ?"

"നല്ല സൂത്രവിദ്യ." സൂരജ് പറഞ്ഞു.

"സൂത്രമവസാനിക്കുന്നില്ല കേട്ടോ..." മാധവൻ മാഷ് പറഞ്ഞു:

"ഇതിൽ നിന്ന് കുറേ നെല്ലെടുത്ത് വിത്തിന് വെക്കും. എന്തിനാ വിത്തിന് വെക്കുന്നത്?"

"വീണ്ടും കൃഷി ചെയ്യാൻ." സൂരജ് പറഞ്ഞു.

"മിടുക്കൻ."

മാധവൻ മാഷ് സൂരജിനെ അനുമോദിച്ചുകൊണ്ട് പറഞ്ഞു.

പിന്നീട്, സൂരജിനേയും മഹിമയേയും നോക്കി ചോദിച്ചു: "എല്ലാ നെല്ലും ഉണക്കിക്കുത്തി ഊണുകഴിച്ചാൽ അടുത്തവർഷം നമുക്ക് കൃഷിചെയ്യാൻ വിത്തു വേണ്ടേ?"

"വേണം." മഹിമ പറഞ്ഞു.

"അതിന് വിത്തിനാവശ്യമുള്ള നെല്ലെടുത്ത് കേടുകൂടാതെ സൂക്ഷിക്കുവാനുള്ള സൂത്രമറിയോ?" മാധവൻ മാഷ് ചോദിച്ചു.

"ഇല്ല." മഹിമ പറഞ്ഞു.

"എനിക്കും അറിയില്ല." സൂരജ് പറഞ്ഞു.

മാധവൻ മാഷ് രണ്ടുപേരെയും ശ്രദ്ധിച്ചു നോക്കിക്കൊണ്ട് പറഞ്ഞു:

"എന്നാൽ ശ്രദ്ധിച്ചുകേട്ടോളൂ. ദാ... അവിടെ കൂട്ടിയിട്ട വൈക്കോല് കണ്ടില്ലേ? അതിൽനിന്ന് കുറച്ച് വൈക്കോലെടുത്ത് രണ്ടുപേർ ചേർന്ന് കയറ് പിരിക്കും പോലെ പിരിക്കും. എന്നിട്ട് തലങ്ങനേയും വിലങ്ങനേയും കയറ് വിരിച്ച് അതിനുമുകളിൽ വൈക്കോൽ നിരത്തിവെച്ചതിനുശേഷം വിത്തിനുള്ള നെല്ല് അളന്ന് അതിൽ ചൊരിയും. എന്നിട്ട് നാലുവശത്തുനിന്നും വൈക്കോൽ മാടിയെടുത്ത് കെട്ടി ഒരു വലിയ പൊതിയുണ്ടാക്കും. അതാണ് വിത്തുപൊതി! നെല്ലിന് ഒരു കേടും കൂടാതെ എത്ര നാളുവേണമെങ്കി

ലും വിത്തു സൂക്ഷിച്ചുവെക്കുന്ന സൂത്രവിദ്യ പഠിച്ചുവല്ലോ."

"ഞാൻ പഠിച്ചു." സൂരജ് പറഞ്ഞു.

"ഞാനും പഠിച്ചു." മഹിമ പറഞ്ഞു.

"ബാംഗ്ലൂരിലാണെങ്കിൽ നിങ്ങൾക്കിങ്ങനത്തെ സൂത്രങ്ങളൊക്കെ അറിയാൻ പറ്റോ?" മാധവൻ മാഷ് ചോദിച്ചു.

"ഇല്ല." സൂരജ് പറഞ്ഞു. പിന്നീട്, സൂരജ് മഹിമയുടെ ചെവിയിൽ എന്തോ ഒരു സ്വകാര്യം പറഞ്ഞു.

"എന്താ രണ്ടാളും കൂടി ഒരു കുശുകുശുക്കൽ?"

മഹിമ മാധവൻ മാഷെ നോക്കി ചിരിച്ചുകൊണ്ട് പറഞ്ഞു:

"ഈ സൂരജേട്ടൻ പറയ്വാ അച്ഛാച്ഛൻ ഒരു മജിഷ്യനാണെന്ന്."

മഹിമയുടെ വർത്തമാനം കേട്ട് സൂരജും മാധവൻ മാഷും കുടുകുടാ ചിരിച്ചു.

"എനിക്ക് ചില മാന്ത്രിക വിദ്യകളൊക്കെ അറിയാം." മാധവൻ മാഷ് മഹിമയെ നോക്കി പറഞ്ഞു.

"ശരിക്കും." മഹിമ ആശ്ചര്യത്തോടെ ചോദിച്ചു.

"ഉം. ശരിക്കും?" മാധവൻ മാഷ് പറഞ്ഞു.

"പിന്നെയോ?" മഹിമ ചോദിച്ചു.

"പിന്നെ, കടങ്കഥകളറിയാം."

"അച്ഛാച്ഛൻ എനിക്കൊര് കടങ്കഥ പറഞ്ഞു തര്വോ?" മഹിമ ചോദിച്ചു.

"ഒന്നല്ല, ഒരു നൂറു കടങ്കഥ വേണമെങ്കിൽ ഞാൻ പറഞ്ഞുതരാം."

"അച്ഛാച്ഛാ എനിക്കും ഒരു കടങ്കഥ പറഞ്ഞുതരണേ." സൂരജ് പറഞ്ഞു.

മഹിമയും സൂരജും കടങ്കഥ കേൾക്കണമെന്ന് നിർബന്ധമായി പറഞ്ഞപ്പോൾ മാധവൻ മാഷ് പറഞ്ഞു:

"എന്നാൽ ഇപ്പോൾത്തന്നെ പിടിച്ചോ കൃഷിയുമായി ബന്ധപ്പെട്ട ഒരു കടങ്കഥ. പറയട്ടെ...?"

മഹിമയ്ക്കും സൂരജിനും സന്തോഷമായി. അവർ വളരെ ആഹ്ലാദത്തോടെ പറഞ്ഞു:

"ങാ. പറഞ്ഞോ."

മാധവൻ മാഷ് ഒരു നിമിഷം എന്തോ ആലോചിച്ചു. പിന്നീട് പറഞ്ഞു :

"മണ്ണിനുള്ളിൽ മറഞ്ഞിരിക്കും സ്വർണ്ണം? ഇതിനാരാ ഉത്തരം പറയുന്നേ. സൂരജോ മഹിമയോ?"

"ഞാൻ പറയാം." സൂരജ് പറഞ്ഞു.

"ഞാൻ പറയാം." മഹിമ പറഞ്ഞു. പിന്നീട് അവൾ ഒരു നിമിഷം ആലോചിച്ചു. പെട്ടെന്ന് ഉത്തരം കിട്ടിയ സന്തോഷത്തിൽ അവൾ വിളിച്ചു പറഞ്ഞു: "മഞ്ഞൾ."

"മഹിമ പറഞ്ഞ ഉത്തരം ശരിയാണ്. ഇനി അടുത്ത ചോദ്യം സൂരജിനോടാണ്. ചോദിക്കട്ടെ?"

"ങാ... ചോദിച്ചോ."

"മണ്ണിൽ വട്ടച്ചെമ്പ്, മുകളിൽ പന്തൽ... സൂരജ് ഉത്തരം പറ."

സൂരജ് ഏറെ നേരം ആലോചിച്ചുവെങ്കിലും അവന് ഉത്തരം കിട്ടിയില്ല.

"ഉത്തരം കിട്ടുന്നില്ലേ?" മാധവൻ മാഷ് ചോദിച്ചു.

"കിട്ടി... കിട്ടി..."

"എന്നാൽ വേഗം പറ."

"ചേന!" സൂരജ് ആഹ്ലാദത്തോടെ വിളിച്ചുപറഞ്ഞു.

"ഉത്തരം ശരിയാണ്. ഇനി ഒരു പഴഞ്ചൊല്ല് പറഞ്ഞുതന്നിട്ട് നമുക്ക് ഈ കളി നിർത്താം. എന്താ?"

"ആയിക്കോട്ട്." മഹിമ പറഞ്ഞു.

മാധവൻ മാഷ് ഒരു നിമിഷം ആലോചിച്ചു. അതിനുശേഷം പറഞ്ഞു:

"ഇരുന്നുണ്ടവന് രുചിയറിയില്ല.

കിളച്ചുണ്ടവന് മാത്രമേ രുചിയറിയൂ...

എന്താ ഇതിന്റെ അർത്ഥം?"

"അധ്വാനിച്ച് തിന്നുന്നവന് മാത്രമേ ഭക്ഷണത്തിന് രുചി തോന്നുകയുള്ളൂ." സൂരജ് പറഞ്ഞു.

"മിടുക്കൻ... മിടുമിടുക്കൻ..." മാധവൻ മാഷ് സൂരജിന്റെ പുറത്ത് തട്ടി പ്രോത്സാഹിപ്പിച്ചുകൊണ്ട് പറഞ്ഞു.

നെൽക്കതിരുകൾ

അടുക്കളയിലെ പണികളെല്ലാം ഒരുവിധം ഒരുങ്ങിയപ്പോൾ മീനാക്ഷിയമ്മ ചാക്കിൽ പൊതിഞ്ഞുവെച്ച നെൽക്കറ്റകളുമായി മുറ്റത്തേക്കിറങ്ങിവന്നു. ഇറങ്കല്ലിന്മേൽ ഇരുന്നു. ഓരോരോ നെൽക്കതിരുകളെടുത്ത് ചോലകൾ വലിച്ചുകളഞ്ഞ് ആഞ്ഞുവെക്കുന്നതു കണ്ടപ്പോൾ മഹിമ ആകാംക്ഷയോടെ ചോദിച്ചു:

"എന്തിനാ അമ്മാമ്മേ ഈ നെൽക്കതിരുകളൊക്കെ ഇങ്ങനെ കെട്ടുന്നേ?"

"ഈ നെൽക്കതിരുകളൊക്കെ ഇങ്ങനെ പെറുക്കി ഒപ്പിച്ചുവെച്ച് കെട്ടി ഇതിന്റെ വൈക്കോലൊക്കെ ഒരേ അളവിൽ മുറിച്ച് കതിർക്കുല പടിഞ്ഞാറ്റകത്ത് മച്ചിൽ കെട്ടിത്തൂക്കിയാൽ കാണാൻ നല്ല ഭംഗിയുണ്ടാവും. അത് വീടിന് ഒരു ഐശ്വര്യവുമാണ്." മീനാക്ഷിയമ്മ പറഞ്ഞു.

"ഐശ്വര്യമുണ്ടാകാനാ?" മഹിമ കൗതുകത്തോടെ ചോദിച്ചു.

"ഉം! എന്റെ മോൾക്ക് നല്ല ഐശ്വര്യമുണ്ടാവാൻ."

അതു കേട്ടപ്പോൾ മഹിമയ്ക്ക് വളരെ സന്തോഷമായി.

അമ്മാമ്മ ഓരോരോ നെൽക്കതിരുകളെടുത്ത് ആഞ്ഞുകെട്ടുന്നത് അവൾ വലിയ താൽപര്യത്തോടെ നോക്കി ഇരുന്നു.

മീനാക്ഷിയമ്മ, ആഞ്ഞെടുത്ത നെൽക്കതിരുകളെല്ലാം ചേർത്തുവെച്ച് വളരെ ഭംഗിയുള്ള കതിർക്കുല കെട്ടിയുണ്ടാക്കി.

അപ്പോഴേക്കും മാധവൻ മാഷ് പുറത്തേക്കിറങ്ങിവന്നു.

"ഞാൻ നട്ടിക്കണ്ടത്തിലേക്ക് പോവ്വാ... നീ വേഗം വാ... നട്ടി ഇന്ന് നട്ടേക്കാം." മാധവൻ മാഷ് മീനാക്ഷിയമ്മയോട് പറഞ്ഞു.

"ആ തെങ്ങിൻതടത്തില് കുരു മുള വരാൻ തുണിക്കെട്ടി കുഴിച്ചിട്ടിട്ടുണ്ട്. ഞാൻ എടുത്തു കൊണ്ടുതരണോ?" മീനാക്ഷിയമ്മ ചോദിച്ചു.

"ഞാൻ നോക്കട്ടെ." മാധവൻ മാഷ് തെങ്ങിൻ ചുവട്ടിലേക്ക് നടന്നു. തെങ്ങിൻ ചുവട്ടിൽ വളർന്നുനിൽക്കുന്ന വലിയ ഈയച്ചേമ്പിന്റെ അരികിൽ കുഴിച്ചിട്ട പച്ചക്കറി വിത്തുകളെല്ലാം മാധവൻ മാഷ് ഒരു കമ്പ് കൊണ്ട് ചിള്ളിയെടുത്തു.

"അമ്മാമ്മേ ഞങ്ങളും നട്ടിക്കണ്ടത്തില് വന്നോട്ടെ." മഹിമ ചോദിച്ചു.

"എന്റെ രണ്ടു മക്കളും വരണം. വാ... നട്ടിയൊക്കെ നടുന്നത് കണ്ടുപഠിക്കണ്ടേ..." മീനാക്ഷിയമ്മ പറഞ്ഞു.

"അച്ഛനേം വിളിക്കണോ? സൂരജ് ചോദിച്ചു.

"വിളിക്കൂ. എന്റെ മോന് പണ്ട് പച്ചക്കറി നടാൻ വല്യ ഇഷ്ടമാണ്."

സൂരജ് അകത്തേ മുറിയിലേക്ക് നോക്കി വിളിച്ചുപറഞ്ഞു:

"അച്ഛാ, ഞാൻ അമ്മാമ്മയുടെ കൂടെ നട്ടിക്കണ്ടത്തിലേക്ക് പോവ്വാ... നട്ടി നടാൻ."

"ഞാനും വരാം." സുനീഷ് പറഞ്ഞു.

"ഞാൻ ചെരിപ്പിടട്ടെ?" മഹിമ ചോദിച്ചു.

"ചെരിപ്പൊന്നും ഇടണമെന്നില്ല." മാധവൻ മാഷ് പറഞ്ഞു.

"അപ്പോ കാലിന് മണ്ണാവില്ലേ?"

"വയലിലെ മണ്ണ് കാലിൽ പറ്റിയാൽ ഒരു കുഴപ്പവുമില്ല. എപ്പോഴും ചെരിപ്പിട്ട് നഗരത്തിലൂടെ നടക്കുന്നതല്ലേ. കുറച്ചുസമയം ചെരിപ്പെല്ലാം ഒഴിവാക്കി മണ്ണിൽച്ചവിട്ടി നടക്ക്. ഒരഴുക്കുമില്ലാത്ത മണ്ണാ. എന്നാലേ മണ്ണോട് അല്പം സ്നേഹമുണ്ടാവൂ." മാധവൻ മാഷ് പറഞ്ഞു.

"എന്നാൽ ഞാനും ചെരിപ്പിടുന്നില്ല." സൂരജ് പറഞ്ഞു.

"വേണമെന്നില്ല."

"അച്ഛാച്ഛനോ?"

"ഞാനും ചെരിപ്പിടുന്നില്ല. വയലിൽ പോകുമ്പോൾ എനിക്ക് ചെരിപ്പ് ധരിക്കേണ്ട ആവശ്യമേയില്ല. സൂരജ് മോൻ നഗരത്തിൽ പോവുമ്പോൾ നിർബന്ധമായും ചെരിപ്പ് ധരിക്കുകയും വേണം. കേട്ടല്ലോ." മാധവൻ മാഷ് ചോദിച്ചു.

"കേട്ടു."

"എന്നാൽ വാ. നമുക്കെല്ലാവർക്കും കൂടി നട്ടിനടാം." മാധവൻ മാഷ് വയലിലേക്ക് നടന്നുകൊണ്ട് ആത്മഗതം പോലെ പറഞ്ഞു:

Smitha

"മണ്ണിലൊളിച്ചിരിക്കുന്ന വിസ്മയങ്ങൾ എന്തൊക്കെയാണെന്ന് കുട്ടികൾ മണ്ണ് തൊട്ടറിയട്ടെ. സോക്സും ടൈയും ധരിച്ച് ഏതുസമയവും കമ്പ്യൂട്ടറിന് മുന്നിലിരുന്നാൽ കുട്ടികളുടെ കണ്ണ് കേടാവുകയേ ഉള്ളൂ."

മാധവൻ മാഷുടെ പിന്നാലെ അവർ ഓരോരുത്തരായി നട്ടിക്കണ്ടത്തിലേക്ക് പോയി. വയലിലെത്തിയ ഉടൻ മാധവൻ മാഷ് വയലിലുടനീളം ഒന്നു കണ്ണോടിച്ചുനോക്കി.

"ഈ വരമ്പിനരികിൽ രണ്ടുവരി നീളത്തിൽ പയർ നടാം. ഇവിടെ ഒരു ആറ് തടം മത്തൻ. നാല് തടം കക്കിരി. ഇതിലേക്കൂടെ പന്ത്രണ്ട് തടം കുമ്പളം. പോരേ മീനാക്ഷി..."

"ഇവിടെ നല്ല വെയില് കൊള്ളുന്ന സ്ഥലമാ. ഇവിടെ ഒരാറ് തടം കൈപ്പ. രണ്ട് തടം താലോലി. പിന്നെ രണ്ടു തടം പടവലവും. പന്തലിടേണ്ട നട്ടിയെല്ലാം ഈ ഭാഗത്തായിക്കോട്ട്." മീനാക്ഷിയമ്മ പറഞ്ഞു.

"ആയിക്കോട്ട്." മാധവൻ മാഷ് സമ്മതം നൽകി.

"അമ്മേ, കക്കിരിയെവിടെയാ നടുന്നത്?" സുനീഷ് ചോദിച്ചു.

"കക്കിരിയിവിടെ നടാം. പണ്ട് വെള്ളമൊഴിക്കാൻ വന്നാൽ കക്കിരിക്ക പറിച്ചുതിന്നതിന്റെ ഓർമ്മ വരുന്നുണ്ടാവും അല്ലേ." മീനാക്ഷിയമ്മ ചോദിച്ചു.

സൂരജ് അത്ഭുതത്തോടെ സുനീഷിനെ നോക്കി.

"അച്ഛനും പണ്ട് നട്ടിനടാൻ വരാറുണ്ടോ?"

"പിന്നെ. ഈ ഒരു കണ്ടം നട്ടിയ്ക്ക് പണ്ട് എന്റെ മോൻ ഒറ്റയ്ക്ക് ആ കുളത്തിൽനിന്നും വെള്ളം മുക്കിക്കൊണ്ടുവന്ന് ഒഴിക്കുമായിരുന്നു." മീനാക്ഷിയമ്മ പറഞ്ഞു.

"ഈ തടത്തിൽ കക്കിരി ഞാൻ നട്ടോളാം." സുനീഷ് പറഞ്ഞു.

"അച്ഛാ ഞാനും കക്കിരി നടുന്ന്..." മഹിമ പറഞ്ഞു.

"ഞാൻ വളമിട്ട് ശരിയാക്കിത്തരാം. അച്ഛനും മക്കളും കക്കിരി നട്ടോ." മീനാക്ഷിയമ്മ പറഞ്ഞു.

"കക്കിരിക്കുരു കൊണ്ടാ..." സുനീഷ് ചോദിച്ചു.

മീനാക്ഷിയമ്മ മുളവന്ന കക്കിരിക്കുരു തുണിക്കെട്ടിൽ നിന്നെടുത്തു സുനീഷിന് നൽകിക്കൊണ്ട് പറഞ്ഞു:

"ഇന്നാ നട്ടോ..."

തടത്തിൽ വിരൽകൊണ്ട് ചെറിയ കുഴിയുണ്ടാക്കി സുനീഷ്

കക്കിരി വിത്ത് നട്ടു. പിന്നീട് മഹിമയ്ക്കും സൂരജിനും മുളവന്ന കക്കിരിക്കുരു നൽകിക്കൊണ്ട് പറഞ്ഞു: "ഇന്നാ ഈ തടത്തില് നിങ്ങള് നട്ടോ..."

മഹിമയും സൂരജും ഓരോ തടത്തില് കക്കിരിക്കുരു നട്ടു. അച്ഛാച്ഛനേയും അമ്മാമ്മയേയും നോക്കി.

"ഈ പച്ചക്കറികളെല്ലാം പൈസ കൊടുത്താൽ പീടികയിൽ നിന്ന് കിട്ടില്ലേ. പിന്നെന്തിനാ നമ്മളിതൊക്കെ നട്ട് സമയം കളയുന്നേ?" സൂരജ് ചോദിച്ചു.

"എന്റെ മിടുക്കാ... നീയിങ്ങനെ ചിന്തിക്കരുത്." മാധവൻ മാഷ് പറഞ്ഞു: "കടയിൽ നിന്ന് നമ്മൾ വാങ്ങുന്ന പച്ചക്കറികളും നമ്മൾ സ്വന്തമായി നട്ടുണ്ടാക്കുന്ന പച്ചക്കറികളും തമ്മിൽ വലിയ വ്യത്യാസമുണ്ട്. നമ്മൾ കടയിൽ നിന്ന് വാങ്ങുന്ന പച്ചക്കറികൾ രാസവളമിട്ട്, കീടനാശിനി തളിച്ച് ഉണ്ടാക്കുന്നവയാണ്. മാരകമായ കീടനാശിനികൾ തളിച്ചുണ്ടാക്കുന്ന പച്ചക്കറികൾക്ക് സ്വാദുണ്ടാവുകയില്ലെന്നു മാത്രമല്ല അതിൽനിറയെ വിഷവുമായിരിക്കും. അത് നിത്യവും കഴിച്ചാൽ നമ്മുടെ ശരീരം ക്ഷയിച്ച് ദുർബലമാവുകയും മാരകമായ അസുഖങ്ങൾ വരികയും ചെയ്യും. എന്നാൽ നമ്മൾ നട്ടുണ്ടാക്കുന്ന പച്ചക്കറികളോ... അതിന് നമ്മളെന്താ ചേർക്കുക? വെണ്ണീരും പച്ചിലവളവും കുറച്ച് പിണ്ണാക്കും പിന്നെ അല്പം ആലവളവും അല്ലേ? അതിന് എന്തു വളമെന്നാ നമ്മൾ പറയുക. ജൈവവളം അല്ലേ? ജൈവവളമിട്ടുണ്ടാക്കുന്ന പച്ചക്കറികൾക്ക് നല്ല സ്വാദുണ്ടാവും. പിന്നെയോ പോഷകസമ്പന്നവുമാണ് അല്ലേ. വിൽക്കാൻവേണ്ടി പച്ചക്കറികളുണ്ടാക്കുന്നവർക്ക് എങ്ങനെയെങ്കിലും കുറേ പണം ഉണ്ടാക്കണമെന്ന ചിന്തയേ ഉണ്ടാവുകയുള്ളൂ. അതുകൊണ്ട് അവർ ധാരാളം രാസവളമിട്ട് കീടനാശിനിയൊക്കെ തളിച്ച് കൃഷിചെയ്യും. നമ്മൾക്കാവശ്യമുള്ള അരിയും പച്ചക്കറികളും പഴങ്ങളും പാലും എല്ലാം നമ്മൾതന്നെ ഉണ്ടാക്കി കഴിക്കുകയാണെങ്കിലോ നമ്മുടെ ആരോഗ്യം നന്നാവും. പണം നഷ്ടപ്പെടുകയും ചെയ്യില്ല. അല്ലേ?"

മഹിമയും സൂരജും 'അതെ' യെന്ന അർത്ഥത്തിൽ തലകുലുക്കി.

"ഇപ്പോൾ മനസ്സിലായല്ലോ നമ്മളെന്തിനാണ് സ്വന്തമായി നെൽകൃഷി ചെയ്യുന്നതെന്നും പച്ചക്കറികൾ കൃഷി ചെയ്യുന്നതെ

ന്നും?" മാധവൻ മാഷ് ചോദിച്ചു.

"ഇന്നലെ നമ്മൾ ടൗണിൽ പോയപ്പോൾ മാരകമായ കീടനാശിനി തളിച്ച പ്രദേശത്ത് ജീവിക്കുന്ന ദുരിത ബാധിതരുടെ ഫോട്ടോ പ്രദർശിപ്പിച്ചത് കണ്ടിട്ടില്ലേ?" സുനീഷ് ചോദിച്ചു.

"കണ്ടിരുന്നു." മഹിമ പറഞ്ഞു.

"കശുമാവിൻ തോട്ടത്തിൽ തളിക്കുന്ന മാരകമായ കീടനാശിനി താഴ്ന്ന പ്രദേശങ്ങളിലേക്ക് ഒലിച്ചുവന്ന് കുടിവെള്ളത്തിൽ കലർന്ന് ഒരു പ്രദേശത്തെ മനുഷ്യസമൂഹത്തെയാകെ രോഗികളാക്കിയ ദയനീയ കാഴ്ച നമ്മൾ കണ്ടതല്ലേ."

അതുകേട്ടതോടെ മഹിമയ്ക്ക് വല്ലാത്ത സങ്കടമായി. അവൾ സൂരജിന്റെ മുഖത്തേക്ക് സൂക്ഷിച്ചുനോക്കി.

"ഇനി നമുക്ക് പീടികയിൽ നിന്ന് പച്ചക്കറികൾ വാങ്ങുകയേ വേണ്ട അല്ലേ, അച്ഛാ..." മഹിമ ചോദിച്ചു.

"കഴിയുമെങ്കിൽ നമ്മൾ സ്വന്തമായി കൃഷി ചെയ്തു പച്ചക്കറികളുല്പാദിപ്പിച്ച് കഴിക്കുന്നതാ നല്ലത്." സുനീഷ് പറഞ്ഞു.

"അപ്പോൾ നമ്മൾ ബാംഗ്ലൂരിൽ പോയാൽ എന്താ ചെയ്യാ. പച്ചക്കറികൾ കടയിൽനിന്ന് വാങ്ങേണ്ടി വരില്ലേ?" സൂരജ് ചോദിച്ചു.

"അത്തരം സന്ദർഭങ്ങളിൽ പച്ചക്കറികൾ വാങ്ങിയാൽ അവ പാചകം ചെയ്യുന്നതിന് അരമണിക്കൂർ മുമ്പ് കുറച്ച് ഉപ്പിട്ട വെള്ളത്തിലിട്ട് വെക്കണം. എന്നാൽ അതിൽ പറ്റിപ്പിടിച്ച കീടനാശിനികൾ ഒരു പരിധിവരെ പോയി കിട്ടും."

"അച്ഛാ എന്നാൽ നമ്മൾക്ക് ബാംഗ്ലൂരിൽ പോവാതെ അച്ഛാച്ഛന്റേയും അമ്മാമ്മയുടേയും കൂടെ ഇവിടെത്തന്നെ കൃഷിയൊക്കെ ചെയ്തു താമസിച്ചാൽ പോരെ. നമുക്ക് ധാരാളം പച്ചക്കറികൾ കൃഷിചെയ്ത് ആവശ്യക്കാർക്കൊക്കെ വിൽക്കുകയും ചെയ്യാം." മഹിമ പറഞ്ഞു.

"മഹിമയ്ക്ക് കൃഷിക്കാരിയാവാനാണോ ഇഷ്ടം?" സുനീഷ് ചോദിച്ചു.

"അതെ."

"അച്ഛാ എനിക്കും കൃഷിപ്പണി മതി. " സൂരജ് പറഞ്ഞു.

"നിങ്ങൾ രണ്ടുപേരും പറയുന്നത് നല്ല കാര്യം തന്നെ. എന്നാൽ നിങ്ങൾ രണ്ടാളും ഇവിടെ നിന്നോ. അച്ഛാച്ഛനും അമ്മാമ്മയ്ക്കും വയസ്സുകാലത്ത് സഹായകമാവും."

“അപ്പോൾ നമ്മൾ ചീര എവിടെയാ വാള്ന്ന് അച്ഛാച്ഛാ...”മഹിമ ചോദിച്ചു.

“ഇതാ ഇവിടെ ഞാൻ ചീരക്കളം ശരിയാക്കിയിട്ടുണ്ട്. ഈ കളത്തിൽ ഇനി ചീരയരി പാവുകയേ വേണ്ടൂ...”

“അച്ഛാച്ഛാ ഞാൻ ചീരയരി പാകാം.”

“ശരി... ശരി...”

മഹിമ കുറച്ച് ചീരയരിയെടുത്ത് ചീരക്കളത്തിൽ വിതച്ചു.

മണ്ണിലൊളിച്ചിരിക്കുന്ന വിസ്മയങ്ങൾ

രണ്ടു ദിവസം കഴിഞ്ഞു. മാധവൻ മാഷ് നട്ടിക്കണ്ടത്തിലേക്ക് പോകാൻ നേരം കുട്ടികളെ വിളിച്ചു.

"സൂരജും മഹിമയും എന്റെ കൂടെ നട്ടിക്കണ്ടത്തിൽ വരുന്നോ. വന്നാൽ ഞാൻ നിങ്ങൾക്ക് ഒരത്ഭുതം കാണിച്ചു തരാം."

"അച്ഛാച്ഛാ ഞാൻ വരുന്നു." സൂരജ് പറഞ്ഞു.

"ഞാനും വരുന്നു." മഹിമ പറഞ്ഞു.

"രണ്ടാളും വന്നോളൂ. നമ്മൾ മിനിയാന്ന് നട്ട പച്ചക്കറി വിത്തു കളെല്ലാം മുളച്ചോ എന്നു നോക്കണ്ടേ?"

"വേണം. ഞാൻ നട്ടതെല്ലാം മുളച്ചിട്ടുണ്ടാവും." മഹിമ പറഞ്ഞു.

"ഞാൻ നട്ടതും മുളച്ചിട്ടുണ്ടാവും."സൂരജ് പറഞ്ഞു.

"ആരൊക്കെ നട്ട വിത്തുകളാ മുളച്ചതെന്ന് നമുക്ക് നോക്കാം. വാ... ദാ... ആ വയൽ വരമ്പിനടുത്ത് വരിവരിയായി നിവർന്നു നിൽക്കുന്നത് ആരാ...?

"പയർച്ചെടി." മഹിമ പറഞ്ഞു.

"അതിനപ്പുറത്ത് കൊച്ചു മൺകട്ടകൾക്കിടയിലൂടെ തൊഴുകൈ യുമായി നിൽക്കുന്നതാരാ?"

"വെള്ളരിത്തൈകൾ." സൂരജ് പറഞ്ഞു.

"ഇത് മത്തൻ തൈ." മഹിമ പറഞ്ഞു.

"അതിനപ്പുറത്തോ?" മാധവൻ മാഷ് ചോദിച്ചു.

"കുമ്പള തൈകൾ" മഹിമ പറഞ്ഞു.

"അങ്ങേ തടത്തില് ചുകപ്പ് നിറത്തിൽ കാണുന്നതോ?" മാധ വൻ മാഷ് ചോദിച്ചു.

"ചീരത്തൈകൾ" സൂരജ് പറഞ്ഞു.

"അച്ഛാച്ഛാ... ഈ കൈപ്പത്തടത്തില് ഒന്നും മുളച്ചിട്ടില്ലല്ലോ." മഹിമ ചോദിച്ചു.

"കൈപ്പച്ചെടികൾ രണ്ടു ദിവസം കൂടി കഴിഞ്ഞാലേ മുളയ്ക്കുകയുള്ളൂ. കയ്പക്കുരുവിന്റെ പുറന്തോട് വളരെ കട്ടിയുള്ളതല്ലേ?"

"അച്ഛാച്ഛാ... അപ്പുറത്തെ കണ്ടത്തിലാരുടെ നട്ടിയാ..." സൂരജ് ചോദിച്ചു.

"അത് ആ രാമകൃഷ്ണന്റെ പച്ചക്കറി. അതിനപ്പുറം മോഹനന്റെ. ഇങ്ങേ കണ്ടത്തില് സുജാതയുടെ പച്ചക്കറി. എല്ലാവരും പച്ചക്കറികൾ നട്ട് വൈകുന്നേരം വെള്ളമൊഴിക്കാൻ ഇവിടെ വന്നു കഴിഞ്ഞാൽ എന്നും ഒരു ഉത്സവത്തിന്റെ പ്രതീതിയാണ്."

"അച്ഛാച്ഛാ... വെള്ളമൊഴിക്കാൻ ഒരു ചെറിയ പാനി എനിക്കും വാങ്ങിത്തരോ..." മഹിമ ചോദിച്ചു.

"വാങ്ങിത്തരാം." മാധവൻ മാഷ് പറഞ്ഞു: "എത്ര പാനി വേണമെങ്കിലും ഞാൻ വാങ്ങിത്തരാം. ഇപ്രാവശ്യത്തെ നട്ടിക്ക് നമുക്കെല്ലാവർക്കും കൂടി വെള്ളമൊഴിക്കാം."

അപ്പോൾ സൂരജിന് കൂടുതൽ ജിജ്ഞാസയായി. "അച്ഛാച്ഛാ ഈ പച്ചക്കറി വിത്തുകളെല്ലാം മുളച്ചുകഴിഞ്ഞാൽ പിന്നീടുള്ള പരിചരണ രീതികളെന്തൊക്കെയാ."

"പറഞ്ഞുതരാം... മഹിമയും ഇങ്ങ് വാ. രണ്ടാളും കേട്ടോളൂ..."

സൂരജും മഹിമയും മാധവൻ മാഷുടെ അടുത്തുവന്നുനിന്നു.

"പച്ചക്കറിവിത്തുകളെല്ലാം മുളച്ചുകഴിഞ്ഞാൽ ആദ്യം അതിന് കരിമണ്ണ് പാറ്റണം. പിന്നെ കൈവളം കൊടുക്കണം."

അതുകേട്ടപ്പോൾ മഹിമയ്ക്ക് ഒരു സംശയം.

"അങ്ങനെ പറഞ്ഞാൽ എന്താണച്ഛാച്ഛാ..."

"കേട്ടോളൂ... ആദ്യം ഉറപ്പുള്ള ഒരു ഇല്ലിക്കമ്പ് ചെത്തിയെടുക്കുക. അല്ലെങ്കിൽ പഴയ ചിരട്ട കൈയിലിന്റെ കണയായാലും മതി. പച്ചക്കറിച്ചെടിമുളച്ച് രണ്ടോ മൂന്നോ ഇലകൾ വന്നാൽ ആരോഗ്യമുള്ള മൂന്നോ നാലോ തൈകൾ മാത്രം തടത്തിൽ നിർത്തി ബാക്കി ചെടികളൊക്കെ പൊരിച്ചുമാറ്റുക. അതിനുശേഷം ഇല്ലിക്കമ്പോ കൈയിൽക്കണയോ എടുത്തു ചെടിക്ക് ചുറ്റും ചെറുങ്ങനെ കിളക്കുക. എന്നിട്ട് കുറച്ച് ചാണകപ്പൊടിയോ പച്ചിലവളമോ ഇട്ട് ചെടിയുടെ തണ്ടിന് ചുറ്റും കുറച്ച് മണ്ണ് കൂട്ടിക്കൊടുക്കുക."

"അതെന്തിനാ അച്ഛാച്ഛാ..." മഹിമ ചോദിച്ചു.

"എന്നാലേ ചെടിയുടെ തണ്ടിന് നല്ല ബലമുണ്ടാകൂ. അല്ലെങ്കിൽ ചെടി നേർത്തു നീളംവെച്ച് വളർന്ന് ദുർബലമായിപ്പോവും."

Smitha

"അപ്പോൾ അച്ഛാച്ഛന് പച്ചക്കറി നടുന്ന സൂത്രമറിയാം, അല്ലേ?" സൂരജ് ചോദിച്ചു.

അതുകേട്ടപ്പോൾ മഹിമ ചോദിച്ചു: "അച്ഛാച്ഛൻ സ്കൂളിൽ കുട്ടികളെ പഠിപ്പിക്കുന്ന മാഷായിരുന്നില്ലേ. പിന്നെ എവിടുന്നാ പച്ചക്കറി കൃഷിയൊക്കെ പഠിച്ചേ?"

"അതൊക്കെ ഞാൻ വളരെ ചെറുപ്പത്തിൽ, നിങ്ങളുടെ പ്രായത്തിൽ പഠിച്ചതാ. രാവിലെ സ്കൂളിൽ പോകുന്നതിനുമുമ്പും വൈകീട്ട് സ്കൂളിൽനിന്ന് വന്നാലും പച്ചക്കറി കൃഷിക്ക് വെള്ളമൊഴിക്കലും അതിനെ പരിചരിക്കലുമൊക്കെ അന്ന് ഞങ്ങൾ കുട്ടികളാണ് ചെയ്തിരുന്നത്."

"അപ്പോ അച്ഛാച്ഛന് ട്യൂഷന് പോവുകയൊന്നും വേണ്ടേ..."

മഹിമയുടെ ചോദ്യം കേട്ടു മാധവൻ മാഷ് കുടുകുടാ ചിരിച്ചു: "അങ്ങനെത്തേ ഏർപ്പാടൊന്നും അന്നില്ല. സ്കൂളിൽനിന്ന് അധ്യാപകർ പഠിപ്പിക്കുന്നത് ശ്രദ്ധിച്ചു കേൾക്കും. അല്ലാതെ നിങ്ങളെപ്പോലെ രാവിലെ ട്യൂഷൻ, പിന്നെ സ്കൂളിലെ പഠിപ്പ്, വൈകുന്നേരം വീണ്ടും ട്യൂഷൻ. അങ്ങനെയൊന്നുമില്ല. രാവിലെ പച്ചക്കറിക്ക് വെള്ളമൊഴിക്കും. അല്ലെങ്കിൽ പശുക്കളെ പറമ്പിൽ മേയാൻ കൊണ്ടാക്കും. അതുകഴിഞ്ഞ് സ്കൂളിലേക്ക് ഒരോട്ടമാണ്. സ്കൂൾവിട്ട് വൈകുന്നേരം വീട്ടിൽ വന്നാൽ പശുക്കളെ തെളിച്ചു കൊണ്ടുവരിക, അല്ലെങ്കിൽ അവയ്ക്ക് പുല്ലരിഞ്ഞുകൊണ്ടുകൊടുക്കുക. അങ്ങനെ വീട്ടിലെ പണികളൊക്കെ കഴിഞ്ഞാൽ കുളത്തിൽപ്പോയി നീന്തിക്കുളിക്കുക. അതാ ഞങ്ങളുടെ പഠിപ്പ്."

"അച്ഛാച്ഛന് നീന്താനറിയോ?" സൂരജ് സംശയത്തോടെ ചോദിച്ചു.

"ഉം... അറിയാം."

അച്ഛാച്ഛന് നീന്താനറിയാമെന്നറിഞ്ഞപ്പോൾ സൂരജിന് സന്തോഷമായി. "അച്ഛാച്ഛൻ എന്നെ നീന്താൻ പഠിപ്പിക്ക്വോ...?"

"അച്ഛാച്ഛാ എന്നെയും നീന്താൻ പഠിപ്പിക്കണം." മഹിമ പറഞ്ഞു.

"രണ്ടുപേരെയും നീന്താൻ പഠിപ്പിക്കുന്ന കാര്യം ഞാനേറ്റു. മാധവൻ മാഷ് പറഞ്ഞു: "രണ്ടുപേരും ഇവിടെ എന്റെ കൂടെ നിന്നോ. എന്നാൽ കൃഷിപ്പണി പഠിക്കാം. ബാംഗ്ലൂരിലാണെങ്കിൽ നിങ്ങൾക്കിതിനൊന്നും സമയം കിട്ടില്ല. എപ്പോഴും പഠിക്കാനേ നേരമുണ്ടാവുകയുള്ളൂ. വെറും പഠിപ്പ് മാത്രം. അതുമാത്രം മതിയോ?" മാധ

വൻ മാഷ് സൂരജിനെ നോക്കി ചോദിച്ചു.

"പോരാ"

"പിന്നെ എന്തു വേണം?"

"പഠിപ്പിന്റെ കൂടെ കൃഷിചെയ്യാനും പഠിക്കണം." സൂരജ് പറഞ്ഞു.

"എന്നാലോ?"

"എല്ല് മുറിയെ പണി ചെയ്താൽ പല്ല് മുറിയെ തിന്നാം." മഹിമയുടെ വാക്ക് കേട്ടു എല്ലാവരും ചിരിച്ചു.

"മിടുക്കി. മിടുമിടുക്കി..."

മാധവൻ മാഷ് അവളെ അഭിനന്ദിച്ചുകൊണ്ട് പറഞ്ഞു:

"ഈ പച്ചക്കറികൾക്ക് കൈവളമിട്ടു മണ്ണുകൊടുത്തുകഴിഞ്ഞാൽ എല്ലാദിവസവും രാവിലെയും വൈകുന്നേരവും കുറേശ്ശ നനച്ചു കൊടുക്കണം. എന്നിട്ട് കുറച്ച് കരിമണ്ണ് ഇലകൾക്കുമീതെ വിതറിക്കൊടുത്താൽ ചെടികൾക്ക് നല്ല പുഷ്ടിയുണ്ടാവും. പ്രാണികളുടെ ശല്യം ഒഴിവാക്കുകയും ചെയ്യാം."

"എന്നിട്ടോ?" സൂരജ് മാധവൻ മാഷുടെ കണ്ണുകളിലേക്ക് നോക്കി.

"ചെടികൾക്ക് നല്ല ഇലകളൊക്കെ വന്ന് വള്ളിയും പൂവും പൊട്ടുമ്പോൾ ഇടചില്ലിക്കൊടുക്കണം. അതിനുശേഷം കുറച്ചുകൂടി ആലവളമിട്ടുകൊടുത്ത് കുമ്പളത്തിനും മത്തനും വെള്ളരിയ്ക്കുമെല്ലാം ചുറ്റും തടം കോരിക്കൊടുക്കുക. അതെന്തിനാണെന്നറിയോ?"

മഹിമ 'ഇല്ലെ'ന്ന് തലയാട്ടിക്കാണിച്ചു.

"ചെടികൾക്ക് ധാരാളം വെള്ളം വേണ്ടുന്ന സമയമാണിത്. ഇലയും പൂവും വന്ന് ചെടികൾ ഓരോ ദിവസവും വാശിക്ക് വളർന്നു വളർന്ന് തടത്തിൽനിന്നും പുറത്തേക്കിറങ്ങാൻ തുടങ്ങും. അപ്പോൾ തടങ്ങൾക്കിടയിൽ നെയ്പ്പുല്ല് വിരിച്ച് ചെടികൾക്ക് നല്ല മെത്തയൊരുക്കിക്കൊടുക്കുക."

"അതെന്തിനാണച്ഛാച്ഛാ..." സൂരജ് ചോദിച്ചു.

"അത്, വെള്ളരിക്കയ്ക്കും കക്കിരിക്കയ്ക്കും മത്തനും കുമ്പളങ്ങയ്ക്കുമെല്ലാം സുഖമായി കിടക്കാൻ. അല്ലെങ്കിൽ ചിതല്, പ്രാണി തുടങ്ങിയ കീടങ്ങളെല്ലാം കായ്കളെ ആക്രമിക്കാൻ തുടങ്ങും."

"അച്ഛാച്ഛാ നമുക്കതിനൊരു പേരിട്ടാലോ?"

മഹിമ എന്തു പേരിടാനാണുദ്ദേശിക്കുന്നത്. മാഷ് ആകാംക്ഷയോടെ മഹിമയെ നോക്കി: "കേൾക്കട്ടെ എന്താപേര്?"

മഹിമ ചിരിച്ചുകൊണ്ട് പറഞ്ഞു: "വെള്ളരി ബെഡ്!"

മഹിമ നിർദ്ദേശിച്ച പേര് മാധവൻ മാഷ്ക്ക് നന്നായി ഇഷ്ടപ്പെട്ടു. "കൊള്ളാം. നല്ല പേര് തന്നെ."

"ഇവളുടെ തല നല്ല തലയാ. വെയില് കൊള്ളിക്കല്ലേ. നമുക്ക് വിത്തിനുവെക്കാം." സൂരജ് പറഞ്ഞു.

"പിന്നെ മറ്റൊരു കാര്യം പ്രത്യേകം ശ്രദ്ധിക്കണം." മാഷ് ഒരു സ്വകാര്യം പോലെ പറഞ്ഞു: "പച്ചക്കറിച്ചെടികൾ വളർന്നു വലുതാവുമ്പോൾ കാട്ടുമുയലുകൾ വന്ന് ഇലകളും വള്ളികളുമൊക്കെ തറിച്ചു മുറിച്ച് തിന്ന് ചെടികളെ നശിപ്പിക്കും. അതിന്റെ ഉപദ്രവത്തിൽ നിന്ന് ചെടികളെ രക്ഷപ്പെടുത്താനുള്ള ഒരു സൂത്രംകൂടി ഞാൻ പറഞ്ഞുതരാം. ശ്രദ്ധിച്ചു കേട്ടോളൂ... സന്ധ്യയ്ക്ക് കുറച്ച് ചാണകം കലക്കി ഇലകൾക്കുമീതെ കുടഞ്ഞുകൊടുത്താൽ മതി. ചാണകത്തിന്റെ ദുർഗന്ധമടിച്ചാൽ മുയലുകൾ ഇല തിന്നുകയേ ഇല്ല. എല്ലാ കഥകളിലും സമർത്ഥനായ മുയലിനെ അങ്ങനെ നമുക്ക് മണ്ടച്ചാരാക്കുകയും ചെയ്യാം."

അച്ഛാച്ഛന്റെ ബുദ്ധിയിൽ സൂരജിന് നല്ല മതിപ്പുതോന്നി. അവൻ പറഞ്ഞു: "അച്ഛാച്ഛന്റെ ഐഡിയ നല്ല ഐഡിയ തന്നെ!"

മാധവൻ മാഷ് ചെറുതായി ചിരിച്ചുകൊണ്ട് ചോദിച്ചു: "അപ്പോൾ എന്റെ തലയും വിത്തിന് വെക്കണോ?"

സൂരജും മഹിമയും അച്ഛാച്ഛന്റെ തമാശകേട്ട് അടക്കിപ്പിടിച്ച് ചിരിച്ചു.

"ഈ കൈപ്പയ്ക്കും പയറിനുമൊക്കെ എന്താ ചെയ്യേണ്ടത്?" സൂരജ് ചോദിച്ചു.

"പറഞ്ഞുതരാം." മാധവൻ മാഷ് പറഞ്ഞു: "കൈപ്പ, പടവലം, താലോലി ഇവയ്ക്കൊക്കെ നല്ല ഒരു പന്തല് ഇട്ടുകൊടുക്കണം. എന്നാൽ കൈപ്പയും പടവലവും താലോലിയുമൊക്കെ പടർന്ന് പന്തലിച്ച് നിൽക്കും. പന്തലിൽ നിറയെ തൂങ്ങിക്കിടക്കുന്ന കൈപ്പക്കയും പടവലങ്ങയും താലോലിക്കയുമൊക്കെ കാണാൻ എന്തു രസമായിരിക്കും. പിന്നെ ശ്രദ്ധിക്കേണ്ട മറ്റൊരു കാര്യം പടവലങ്ങ മൂന്നോ നാലോ ദിവസത്തെ വളർച്ചയെത്തുമ്പോൾ അതിന്റെ തലയ്ക്ക് ഒരു ചെറിയ കല്ലോ കട്ടയോ കെട്ടിത്തൂക്കണം. എന്നാലേ അത് നേരെ വളരുകയുള്ളൂ."

"അല്ലെങ്കിലോ?" സൂരജിന് സംശയമായി.

"അല്ലെങ്കിൽ അത് വട്ടത്തിൽ ചുരുണ്ടുകളയും. കാണാൻ ഒരു രസവുമുണ്ടാവില്ല."

"ഈ താലോലിക്ക കാണാൻ ഒരു രസവുമില്ല." സൂരജ് പറഞ്ഞു: "വല്ലാത്ത ഒരു മുരുമുരുപ്പ്."

"ആരു പറഞ്ഞു രസമില്ലെന്ന്." മാധവൻ മാഷ് ചോദിച്ചു: " ആ മുരുമുരുപ്പ് തന്നെയാണ് അതിന്റെ രസവും ഗുണവും. താലോലിക്കയുടെ ഉള്ളിൽ മറ്റു പച്ചക്കറികളിലുള്ളതിനേക്കാൾ ധാരാളം നാരുകളുണ്ട്. ധാരാളം നാരുകളുള്ള പച്ചക്കറികളാണ് നമ്മൾ കഴിക്കേണ്ടത്. എന്നാൽ നമ്മുടെ വയറിനൊരസുഖവും വരില്ല. ധാരാളം നാരുകളടങ്ങിയ പച്ചക്കറികളുടെ പേര് മഹിമ പറഞ്ഞേ."

മഹിമ എന്തോ ആലോചിക്കുകയായിരുന്നു. പെട്ടെന്ന്, അച്ഛാച്ഛന്റെ ചോദ്യം കേട്ട് അവൾ ഒന്നമ്പരന്നു. പിന്നീട് അവൾ ഒരുനിമിഷം ആലോചിച്ചു. ധാരാളം നാരുകളടങ്ങിയ പച്ചക്കറികളുടെ പേരുകൾ കണ്ടെത്തി. "മുരിങ്ങയില... വാഴക്കാമ്പ്... താലോലിക്ക.... പിന്നെ നാടൻ നെല്ലിക്ക."

"ഗുഡ്! മഹിമയ്ക്ക് നാല് മാർക്ക്." മാധവൻ മാഷ് ചിരിച്ചുകൊണ്ട് പറഞ്ഞു: "ഹോട്ടലിലുണ്ടാക്കുന്ന പൊറോട്ടയും ഇറച്ചിക്കറികളുമൊക്കെ ദിവസവും തിന്നാൽ നമ്മുടെ ആമാശയത്തിന് അതിനെ ദഹിപ്പിക്കുവാനുള്ള ശക്തിയുണ്ടാവുകയില്ല. എന്നാൽ നമ്മുടെ വീട്ടുവളപ്പിലുണ്ടാവുന്ന മാങ്ങകളും ചക്കകളും വാഴപ്പഴങ്ങളുമൊക്കെ വളരെ സ്വാദിഷ്ഠവും ശരീരത്തിന് വേഗം ദഹിപ്പിക്കാൻ കഴിയുന്നതുമാണ്."

ഒരു വണ്ട് മൂളിപ്പാട്ട് പാടിക്കൊണ്ട് അവർക്കരികിലൂടെ പറന്നുവന്നു.

"അച്ഛാച്ഛാ, ഇതാ ഒരു വണ്ട് മൂളിപ്പാട്ട് പാടി പറന്നുവരുന്നു." മഹിമ പറഞ്ഞു.

"വരട്ടെ. വണ്ടുകളും തേനീച്ചകളും വന്ന് ആവശ്യമുള്ളത്രയും തേൻ ശേഖരിച്ച് കൊണ്ടു പോകട്ടെ..." മാധവൻ മാഷ് വണ്ടിനെ നോക്കി പറഞ്ഞു.

ഒരു മുന്നറിയിപ്പ്

മാധവൻ മാഷുടെ വീട്ടുപറമ്പിലേക്ക് കാലെടുത്തുവെച്ച ഉടൻ സഹദേവൻ വരാന്തയിലേക്ക് നോക്കി. പുറത്ത് ആരേയും കാണുന്നില്ല.

“മാഷേ... മാധവൻ മാഷേ...” സഹദേവൻ ഉച്ചത്തിൽ വിളിച്ചു.

മീനാക്ഷിയമ്മ അടുക്കളയിലെന്തോ ജോലി ചെയ്യുകയാണ്. പുറത്തുനിന്ന് ആരോ വിളിക്കുന്നതുകേട്ട് ‘ആരാണെ’ ന്ന് ചോദിച്ചുകൊണ്ട് പുറത്തേക്ക് വന്നു.

“മാഷെ...”

“ങ്ഹാ... സഹദേവനോ?” മീനാക്ഷിയമ്മയ്ക്ക് ആശ്ചര്യമായി. “എന്താ സഹദേവാ... ഓടിക്കിതച്ചാണല്ലോ വരവ്. എന്തുപറ്റീ...?”

“എന്തുപറ്റിയെന്നു ചോദിച്ചാൽ... എന്തുപറ്റിയെന്നാണ് ഞാൻ പറയുക; എന്റെ മീനാക്ഷിയേച്ചിയേ...”

“സഹദേവൻ വല്ലാതെ കിതയ്ക്കുന്നുണ്ടല്ലോ. അല്പസമയം വിശ്രമിക്ക്. എന്നിട്ട് പറഞ്ഞാൽ മതി. ഓടിക്കിതച്ച് വന്നതല്ലേ. ഞാൻ കുടിക്കാൻ കുറച്ച് വെള്ളം കൊണ്ടുവരട്ടെ?”

“വേണ്ട. വെള്ളമൊന്നും ഇപ്പോൾ വേണ്ട.”

“എന്നാൽ കിതപ്പൊക്കെ മാറിയിട്ട് സാവകാശത്തിൽ കാര്യമെന്തെന്ന് പറ. മാഷ് നട്ടിക്കണ്ടത്തിൽ ഒന്നു പോയതാ... ഇപ്പോൾ വരും.” മീനാക്ഷിയമ്മ പുറത്തേക്ക് നോക്കിക്കൊണ്ടുപറഞ്ഞു: “ങാ... മാഷ് വരുന്നുണ്ട്.”

“എന്താ സഹദേവാ... കണ്ടിട്ട് രണ്ടു ദിവസമായല്ലോ. എന്തൊക്കെയുണ്ട് വിശേഷങ്ങൾ...”

“വിശേഷങ്ങളൊന്നുമില്ല, മാഷേ. എന്നാൽ ചില വിവരദോഷങ്ങളുണ്ട്.”

“വിവരദോഷങ്ങളോ?” മാധവൻ മാഷ് കാര്യമൊന്നുമറിയാതെ

സഹദേവന്റെ മുഖത്തേക്കു നോക്കി: "ആരുടെ വിവരദോഷങ്ങൾ?"

"എന്തായീ സഹദേവൻ പറയുന്നത്?" മീനാക്ഷിയമ്മ ചോദിച്ചു.

"ഞാൻ പറയുന്നത് സത്യമാണ് മീനാക്ഷിയേച്ചീ..."

"എന്നാൽ എന്താണുണ്ടായതെന്ന് സഹദേവൻ തെളിച്ച് പറ."

"അതൊക്കെ ആ നാരായണൻ ഒറ്റൊരുത്തൻ ചെയ്തുകൂട്ടിയ പണിയാ..."

"നാരായണൻ എന്താണ് ചെയ്തുകൂട്ടിയത്, സഹദേവാ..." മാധവൻ മാഷ് ചോദിച്ചു.

"നിങ്ങളല്ലേ ഈ വർഷത്തെ ഏറ്റവും നല്ല കർഷകനായി ആ നാരായണനെ തെരഞ്ഞെടുക്കാൻ കൃഷി ആപ്പീസറോട് ശുപാർശ ചെയ്തത്. എന്നിട്ട് ചിങ്ങം ഒന്നാംതീയതി നിങ്ങളുടെ അദ്ധ്യക്ഷതയിൽ ഏറ്റവും നല്ല കർഷകനുള്ള അവാർഡ് നാരായണൻ വാങ്ങുകയും ചെയ്തില്ലേ."

"അതൊക്കെ നല്ല കാര്യമല്ലേ, സഹദേവാ..."

"അതു നല്ല കാര്യം തന്നെ, മീനാക്ഷിയേച്ചി. എന്നാൽ ഏറ്റവും നല്ല കർഷകനുള്ള അവാർഡ് വാങ്ങിച്ചയാൾ ചെയ്യേണ്ട പണിയല്ല നാരായണൻ ചെയ്തു കൂട്ടീറ്റുള്ളത് എന്നാണ് എനിക്ക് പറയാനുള്ളത്."

"സഹദേവൻ നല്ലവണ്ണം ക്ഷോഭിച്ചിട്ടാണുള്ളത്." മീനാക്ഷിയമ്മ മാധവൻ മാഷോട് പറഞ്ഞു: "ഒന്നുമില്ലാതെ സഹദേവൻ ഇങ്ങനെ ക്ഷോഭിക്കുന്നത് ഞാനിതുവരെ കണ്ടിട്ടില്ല."

"ഇത്തരം അനീതികൾ കണ്ടാൽ ഞാനെന്നല്ല എത്ര സാധുവായ ആളും ക്ഷോഭിച്ചുപോവും."

"എന്താണുണ്ടായതെന്ന് സഹദേവൻ ഇനിയും പറഞ്ഞിട്ടില്ല."

"അത് ഞാൻ പറഞ്ഞിട്ടറിയേണ്ട കാര്യമല്ല. നിങ്ങൾ എല്ലാവരും വന്ന് സ്വന്തം കണ്ണുകൊണ്ട് നോക്കിക്കാണേണ്ട കാര്യമാണ്. എന്നാലേ ആ ക്രൂരകൃത്യത്തിന്റെ പിന്നിലെ പണി നിങ്ങൾക്കറിയാൻ കഴിയുകയുള്ളൂ. എന്നാലും ഇവിടംവരെ വന്ന സ്ഥിതിയ്ക്ക് ഞാൻ പറയാം."

"ങ്ഹാ... സഹദേവൻ പറയൂ..." മീനാക്ഷിയമ്മ സഹദേവനെ പ്രോത്സാഹിപ്പിച്ചു.

"എന്റെ കണ്ടത്തിന്റെ മേലത്തെ രണ്ടൊടി കണ്ടം നാരായണ

Smitha

ന്റേതാണ്."

"അതെ." ആ അഭിപ്രായത്തെ മാധവൻ മാഷ് ശരിവെച്ചു.

"അതില് ഇന്നലെ ഒന്നോ രണ്ടോ പുഴുവിനെക്കണ്ടെന്നും പറഞ്ഞ് ആ നാരായണൻ കീടനാശിനി തളിച്ചു."

"എന്നിട്ടോ?"

"ഒന്നോ രണ്ടോ പുഴുവിനെക്കണ്ടെന്നും പറഞ്ഞ് വയലില് കീടനാശിനി തളിക്കേണ്ടാന്നും അവയെ വല്ല പക്ഷികളും വന്ന് കൊത്തിത്തിന്നോളുമെന്നും ഞാൻ പലവട്ടം പറഞ്ഞതാ. നാരായണൻ അതനുസരിച്ചില്ലെന്നു മാത്രമല്ല, കീടനാശിനി തളിച്ചതിനു ശേഷം ഹാന്റ് പമ്പിന്റെ ടാങ്ക് വയലിൽ വെള്ളം കയറാൻ അണ കെട്ടി നിർത്തിയ വെള്ളത്തിൽ കൊണ്ടുവന്ന് കഴുകുകയും ചെയ്തു."

"എന്നിട്ട്?" മാധവൻ മാഷക്ക് കാര്യങ്ങളറിയാൻ തിടുക്കമായി.

"എന്നിട്ടെന്തുണ്ടാവാൻ...? തോട്ടിലെ മത്സ്യങ്ങളും പാമ്പുകളും തവളകളും ആമകളുമെല്ലാം ചത്തുപൊന്തിയിട്ടുണ്ട്. നാറിയിട്ടതിലേക്കൂടി വഴിനടക്കാൻ പറ്റാതായി."

അതുകേട്ടുനിന്ന മീനാക്ഷിയമ്മ പറഞ്ഞു: "നാരായണൻ ആ ചെയ്തത് ഏതായാലും മോശമായിപ്പോയി." ഒരു നിമിഷം അവർ മാധവൻ മാഷെ നോക്കി: "നിങ്ങളവനെ വിളിച്ച് നല്ല ഉപദേശം കൊടുക്കണം. ഇനി മേലാൽ ഇതാവർത്തിക്കരുത്."

"നാരായണൻ മാത്രമല്ല മറ്റു പലരും ഇതുപോലത്തെ പണി ചെയ്യുന്നുണ്ട് മീനാക്ഷിയേച്ചി... എഴുതാനും വായിക്കാനും അറിയാമെന്നതുകൊണ്ട് മാത്രം നമ്മൾ നൂറുശതമാനം സാക്ഷരരായി എന്ന് പറയാൻ പാടില്ലെന്ന് ഞാൻ പറയാറില്ലേ മാഷേ... എന്നിട്ടിപ്പോഴെന്തായി. സാക്ഷരതയുള്ള ഒരു മനുഷ്യൻ ചെയ്യേണ്ട പണിയാണോ ഇത്. എത്ര പശുക്കളും ആടുകളും ആ തോട്ടിൽനിന്ന് വെള്ളം കുടിക്കുന്നുണ്ട്. എത്രപേർ ആ തോട്ടിൽനിന്ന് ചൂണ്ടലിട്ടും വലവീശിയും മീൻപിടിച്ച് ഭക്ഷിക്കുന്നതാ..."

"സഹദേവൻ പറഞ്ഞത് ശരിയാണ്." മീനാക്ഷിയമ്മ മാധവൻ മാഷെ നോക്കിപറഞ്ഞു.

"കഴിഞ്ഞവർഷം ഈ തോട്ടിൽനിന്ന് പൂത്താലിയുടെ അല്ലിക്ക പറിച്ചുതിന്ന കുട്ടികളെല്ലാം ഛർദ്ദിച്ച് ഛർദ്ദിച്ച് അവശരായി ആശുപത്രിയിൽ അഡ്മിറ്റായിട്ടില്ലേ..."

"എഴുത്തും വായനയും അറിയാം എന്നതുകൊണ്ടുമാത്രം ഒരാൾ സാക്ഷരനായി എന്ന് ഞാൻ കരുതുന്നില്ല." മാധവൻ മാഷ് പറഞ്ഞു: "സാമൂഹ്യബോധത്തിന്റെ അഭാവം കൊണ്ടാണ് ഇങ്ങനെയൊക്കെ സംഭവിക്കുന്നത്.

"പണ്ടൊന്നും നെല്ലിന് ഇങ്ങനെ പുഴുവരാറില്ലല്ലോ..." മീനാക്ഷിയമ്മ ചോദിച്ചു.

"പുഴു പണ്ടും വരാറുണ്ട്. എന്നാൽ അവ പെരുകുന്നതിനു മുമ്പേ കൊക്കുകളും മറ്റു പക്ഷികളും പുഴുവിനെ കൊത്തിത്തിന്നുന്നതിനാൽ ഇതുപോലെ കീടങ്ങളുടെ ഉപദ്രവമുണ്ടാകാറില്ലെന്നു മാത്രം. പിന്നെ അന്നത്തെ നെൽച്ചെടികൾക്ക് കീടബാധയെ ചെറുക്കാനുള്ള നല്ല കരുത്തുണ്ടായിരുന്നു." മാധവൻ മാഷ് പറഞ്ഞു.

"നല്ല പ്രതിരോധശേഷിയുള്ള നാടൻ നെൽവിത്തുകൾ തരാമെന്ന് നാരായണനോട് ഞാനെത്ര പ്രാവശ്യം പറഞ്ഞതാ. അവൻ വാങ്ങിക്കാൻ കൂട്ടാക്കിയില്ല. നല്ല പരിഷ്കാരമുള്ള വിത്തുകൾ വിതച്ച് ഏറ്റവും നല്ല കർഷകനാവാനുള്ള തിടുക്കത്തിൽ അവൻ ചെയ്തുവെച്ച വേലകളാ ഇതൊക്കെ. അതുകൊണ്ടെന്തുണ്ടായി? ഇല്ലാത്ത പണംകൊടുത്ത് കീടനാശിനി വാങ്ങിത്തളിക്കേണ്ടിവന്നില്ലേ? മാധവൻ മാഷും മീനാക്ഷിയേച്ചിയും എന്റെ വയലിൽ ഒന്നുവന്നുനോക്ക്. ഒറ്റ പുഴുവോ പ്രാണിയോ മറ്റു കീടങ്ങളോ എന്റെ വയലിൽ നിങ്ങൾക്ക് കാണിച്ചുതരാൻ കഴിയില്ല. ഞാൻ കീടനാശിനി തളിക്കാറുമില്ല."

"സഹദേവൻ ചെയ്യുന്നതാണ് ശരി. അടുത്ത വർഷത്തെ നല്ല കർഷകനായി സഹദേവനെ തെരഞ്ഞെടുക്കാൻ പാടശേഖരസമിതി പ്രസിഡണ്ടെന്ന നിലയിൽ നിങ്ങൾ കൃഷി ആപ്പീസറോട് ശുപാർശ ചെയ്യണം." മീനാക്ഷിയമ്മ മാധവൻ മാഷോട് പറഞ്ഞു.

"അതു ഞാൻ പറയാം." മാധവൻ മാഷ് സമ്മതിച്ചു.

"വേണ്ട, മാഷെ. എനിക്ക് അങ്ങനെ ഒരവാർഡും വേണമെന്നില്ല. മരിക്കുമ്പോൾ കീടനാശിനി കലരാത്ത ഒരിറ്റുവെള്ളം കുടിച്ചു മരിക്കണം എന്ന ഒരാഗ്രഹം മാത്രമേയുള്ളൂ. അല്ലാതെ ആ നാരായണനും കുഞ്ഞിരാമനും ചെയ്യുന്നതുപോലെ വീട്ടിലേക്കാവശ്യമുള്ള പച്ചക്കറി കൃഷി ചെയ്യുമ്പോൾ രാസവളവും കീടനാശിനിയും ഉപയോഗിക്കാതിരിക്കുകയും വിൽക്കുവാൻ വേണ്ടി ഉല്പാദിപ്പിക്കുന്ന പച്ചക്കറികൾക്ക് കണ്ടമാനം രാസവളമിടുകയും കീടനാശിനി

തളിക്കുകയും ചെയ്യുന്ന ഇരട്ടത്താപ്പ് അവസാനിപ്പിക്കണമെന്നാണ് എനിക്ക് പറയുവാനുള്ളത്."

"നാരായണന് ഇങ്ങനത്തെ ഇരട്ടത്താപ്പ് പണിയുണ്ടല്ലേ?" മീനാക്ഷിയമ്മ ആശ്ചര്യത്തോടെ മാധവൻ മാഷെ നോക്കി.

"മനുഷ്യരുടെ ജീവൻ നിലനിർത്താൻ അന്നം വിളയിക്കുന്നവർ ഒരിക്കലും ചെയ്യാൻ പാടില്ലാത്ത പണികളാണ് ഈ നാരായണനും കുഞ്ഞിരാമനും ചെയ്തുവെച്ചിരിക്കുന്നത്." സഹദേവൻ പറഞ്ഞു.

"അതെന്തായാലും വളരെ മോശം തന്നെ. ഞാൻ നാരായണനെ വിളിച്ച് കാര്യങ്ങൾ പറഞ്ഞുകൊടുക്കാം. കാര്യങ്ങൾ ശരിയായ രീതിയിൽ മനസ്സിലാക്കിക്കഴിഞ്ഞാൽ അവൻ ഇതുപോലുള്ള ഗുരുതരമായ തെറ്റുകൾ ആവർത്തിക്കില്ല."

"അതൊക്കെ വെറുതെ മാഷ്ക്ക് തോന്നുന്നതാണ്. അവൻ ഇതും ഇതിനപ്പുറവും ആവർത്തിക്കും. തൽക്കാലം മാഷട്ക്ക്ന്ന് ഒഴിവാവാൻ 'ഞാനതൊന്ന് പഠിക്കട്ടെ' എന്ന് ഒരുപക്ഷേ അവൻ പറഞ്ഞേക്കും. രാസവളത്തിന്റെയും കീടനാശിനിയുടെയും ഉപയോഗംകൊണ്ട് പ്രകൃതിക്കും മനുഷ്യനും മറ്റു ജീവജാലങ്ങൾക്കും വന്നുപെട്ട ദുരിതത്തെക്കുറിച്ച് ഇനിയും നമ്മൾ എണ്ണിയെണ്ണി പറയണോ മാഷേ. കണ്ണുള്ളവർ കാസർകോട്ടെ 'സ്വർഗ'യിൽ ചെന്നുനോക്കട്ടെ. മാരകമായ കീടനാശിനി തളിച്ചതിന്റെ ഫലമായി മാറാരോഗങ്ങൾ ബാധിച്ച് ഉഴലുന്നവർ, ബുദ്ധിമാന്ദ്യം സംഭവിച്ച കുട്ടികൾ, പ്രായത്തിനനുസരിച്ച് ശരീരവളർച്ചയില്ലാത്തവർ... ഇവരുടെയൊക്കെ പടം നിത്യവും പത്രങ്ങളിലച്ചടിച്ചുവരുന്നത് ഈ നര നാരായണന്മാർ കാണുന്നില്ലേ എന്നാണ് എന്റെ ചോദ്യം, മാഷേ..."

"സഹദേവൻ പറഞ്ഞത് മുഴുവൻ അക്ഷരംപ്രതി സത്യമാണ്. ഇതുപോലുള്ള സാമൂഹികപ്രശ്നങ്ങളുണ്ടാകുമ്പോൾ അതിൽ മുൻനിരയിൽ നിന്ന് പ്രവർത്തിക്കേണ്ട നാരായണനെപ്പോലുള്ള ആളുകൾ, ഇതിന്റെ സത്യാവസ്ഥ ജനങ്ങളിലെത്തിക്കാൻ പ്രവർത്തിക്കുന്നവരെ പരിഹസിക്കുകയും എതിരിടുകയും ചെയ്യും. എന്നിട്ടോ, നാരായണനെപ്പോലുള്ളവരും ഒടുവിൽ കീടനാശിനിയുടെ ഇരയായിത്തീരും. അവർ കാര്യങ്ങൾ തിരിച്ചറിയുമ്പോഴേക്കും വളരെ വൈകിപ്പോയിരിക്കും." മാധവൻ മാഷ് ആത്മഗതംപോലെ പറഞ്ഞു.

"പാടശേഖരസമിതിയുടെ അടുത്ത മീറ്റിങ്ങിൽ എല്ലാ കർഷക

രേയും നിർബന്ധമായും വിളിച്ചുചേർത്ത് കീടനാശിനി ഉപയോഗിച്ചാലുണ്ടാവുന്ന ഭവിഷ്യത്തുകൾ പറഞ്ഞ് ബോധ്യപ്പെടുത്തണം." മീനാക്ഷിയമ്മ പറഞ്ഞു.

"ഇവർ തളിക്കുന്ന കീടനാശിനിയുടെ വലിയൊരു ശതമാനവും വായുവിലും വെള്ളത്തിലും കലർന്ന് മനുഷ്യരിലും മൃഗങ്ങളിലും രോഗങ്ങൾ വിതയ്ക്കുകയാണ് ചെയ്യുന്നത്." സഹദേവൻ ഓർമ്മിപ്പിച്ചു.

"സഹദേവനൊരു കാര്യം ചെയ്യ്. നമ്മൾ ഇങ്ങനെ പറഞ്ഞതുകൊണ്ടുമാത്രം കാര്യമായില്ല. നമ്മുടെ സ്കൂളിൽ എൻഡോസൾഫാൻ ദുരിത ബാധിതരുടെ ഫോട്ടോകൾ പ്രദർശിപ്പിക്കുന്നുണ്ട്. അതു നേർക്കുനേർ കണ്ടാൽ ആളുകൾക്ക് കാര്യം മനസ്സിലാവും. അല്ലാതെ നമ്മളന്യോന്യം ഇങ്ങനെ പറഞ്ഞാലൊന്നും ആളുകൾ അതിന് ചെവിതരാൻ പോകുന്നില്ല. കണ്ണുള്ളവർ നേരിൽ കണ്ട് പഠിക്കട്ടെ. നമുക്ക് എല്ലാവരേയും വിളിച്ച് ആ പ്രദർശനം കാണാൻ കൊണ്ടുപോകാം. കണ്ടാൽ പഠിക്കാത്തവർ കൊണ്ടാൽ പഠിക്കുമെന്ന് കേട്ടിട്ടില്ലേ." മാധവൻ മാഷ് ചോദിച്ചു.

മാധവൻ മാഷുടെ അഭിപ്രായം മീനാക്ഷിയമ്മയ്ക്ക് സ്വീകാര്യമായി. അവർ പറഞ്ഞു: "അതാ നല്ലത്. ഞാനും വരുന്നു. സുജാതേനീം വിളിക്കാം."

"എന്നാൽ നമുക്കിപ്പോൾ തന്നെ ഇവിടെയടുത്തുള്ളവരോടൊക്കെ ചെന്ന് പറയാം. എന്താ സഹദേവാ..."

"ആയിക്കോട്ട് മാഷെ. ഞാൻ റെഡി."

"എന്നാൽ വാ." മാധവൻ മാഷ് മീനാക്ഷിയമ്മയെ നോക്കി.

"ഞാനും സഹദേവനും എല്ലാ വീടുകളിലും കയറി ഒന്നു പറഞ്ഞിട്ടു വരാം. അപ്പോഴേക്കും മീനാക്ഷി സുജാതയോടും നളിനിയോടുമൊക്കെ ചെന്നു പറ."

"ആയിക്കോട്ടെ. ഞാനിപ്പോൾ തന്നെ സുജാതയോടും നളിനിയോടും ചെന്ന് പറഞ്ഞേക്കാം." നടന്നുകൊണ്ട് മീനാക്ഷിയമ്മ പറഞ്ഞു.

ഫോട്ടോ പ്രദർശനം

വേട്ടയ്ക്കൊരുമകൻ ക്ഷേത്രത്തിന് വലതുവശത്തുകൂടെ കടന്നു പോകുന്ന റോഡിലൂടെ, ഒരു ബിഗ്ഷോപ്പർ നിറയെ പച്ചക്കറികളുമായി മോഹനൻ നടന്നുവരുന്നതുകണ്ടു. മോഹനൻ നടന്നടുത്തെത്തിയപ്പോൾ മാധവൻ മാഷ് ചോദിച്ചു:

"എന്താ മോഹനാ... പച്ചക്കറിച്ചന്തയിൽ പോയിട്ടുള്ള വരവാണെന്ന് തോന്നുന്നു."

"അതെ മാഷെ. ഇന്ന് വീട്ടിൽ പുത്തരിയാക്കാമെന്ന് രേഖ പറഞ്ഞു. മാർക്കറ്റിൽനിന്ന് കുറച്ചു പച്ചക്കറി വാങ്ങിക്കാമെന്ന് വെച്ചു."

"അപ്പോ പുത്തരിക്ക് എന്നേം ഈ സഹദേവനെയൊന്നും വിളിക്കുന്നില്ലേ?"

"നിങ്ങൾ വരുമെങ്കിൽ വളരെ സന്തോഷം. ഞാൻ ഇപ്പോ ക്ഷണിച്ചേക്കാം."

"ഇനി മോഹനൻ ഞങ്ങളെ പ്രത്യേകം ക്ഷണിക്കണമെന്നൊന്നുമില്ല. വൈകുന്നേരം ഞാനും സഹദേവനും വീട്ടിലേക്ക് വന്നേക്കാം. അല്ലേ സഹദേവാ..."

"രണ്ടാളും വരികയാണെങ്കിൽ വളരെ സന്തോഷം."

"എന്നാൽ നമുക്ക് വൈകുന്നേരം മോഹനന്റെ വീട്ടിൽ നിന്ന് പുത്തരിയുണ്ടുകളയാം, മാഷേ." സഹദേവൻ പറഞ്ഞു.

"എന്തൊക്കെ പച്ചക്കറികളാ വാങ്ങിച്ചത്?" മാധവൻ മാഷ് ചോദിച്ചു.

"അര കിലോ കൈപ്പക്ക, ഒരു ചേന, രണ്ടു കിലോ വെള്ളരി, മുന്നൂറ് വെണ്ടക്ക, ഒരു കോളിഫ്ളവർ, പിന്നെ കുറച്ചു കറിവേപ്പിലയും നൂറ് വെള്ളുള്ളിയും. എല്ലാം കൂടി നൂറ്റമ്പതുരൂപയായി മാഷെ. നൂറു വെളുത്തുള്ളിക്ക് പതിനെട്ട് ഉറുപ്പിക. ഇങ്ങനെയായാല് മനുഷ്യന്മാര് എങ്ങനെയാ ജീവിക്കുക എന്നാണ് ഞാനാലോചിക്കുന്നത്."

"മോഹനൻ പറഞ്ഞ വെള്ളുള്ളിയൊഴികെ ബാക്കിയെല്ലാ പച്ചക്കറികളും മോഹനന്റെ വീടിന്റെ അടുക്കളപ്പുറത്തോ നട്ടിക്കണ്ടത്തിലോ നട്ടുവളർത്താവുന്നതേയുള്ളൂ. രാവിലെയും വൈകുന്നേരവും അല്പസമയം നമ്മളതിന്റെ കൂടെ ചിലവഴിക്കണമെന്നേയുള്ളൂ. എന്നാൽ ഇത്രയേറെ പണം ഇതിന് വേണ്ടി നമ്മൾ ചിലവാക്കേണ്ടി വരില്ല. എന്നുമാത്രമല്ല നല്ല പച്ചക്കറികൾ ആവശ്യാനുസരണം നമുക്ക് നമ്മുടെ തോട്ടത്തിൽ നിന്നുതന്നെ പറിച്ചുപയോഗിക്കാവുന്നതുമാണ്." മാധവൻ മാഷ് മോഹനനെ ഓർമ്മിപ്പിച്ചു.

"ഇനി പറഞ്ഞിട്ടെന്തു കാര്യം. പോയ പുത്തി ആന വലിച്ചാൽ വരില്ലല്ലോ മാഷെ." മോഹനൻ പറഞ്ഞു.

"നമ്മൾ കഷ്ടപ്പെട്ട് അധ്വാനിച്ചുണ്ടാക്കുന്ന പണം കൊടുത്ത് എന്തിനാ വിഷം തളിച്ച പച്ചക്കറികൾ വാങ്ങിക്കഴിച്ച് ശരീരത്തിന്റെ പ്രതിരോധശേഷി തകർക്കുന്നത്. ഈ പച്ചക്കറികളൊക്കെ ഇതര സംസ്ഥാനത്തുനിന്ന് ഇങ്ങോട്ടു കയറ്റിയയക്കുമ്പോൾ ഇതിന് കേടുവരാതിരിക്കാൻ കീടനാശിനികളിൽ മുക്കിയിട്ടാണ് വരുന്നതെന്ന് മോഹനന് അറിയില്ലേ?"

"എന്റെ മാഷെ, എനിക്കതറിയില്ല കേട്ടോ... ഇനി ഞാൻ ഇങ്ങനെയൊരബദ്ധം ചെയ്യില്ല. ഞാനിനി ഈ പച്ചക്കറികളൊക്കെ എന്താ ചെയ്യേണ്ടതു മാഷെ?"

"ഏതായാലും വാങ്ങിച്ചതു വാങ്ങിച്ചില്ലേ? അല്ലേ സഹദേവാ..."

"അതെ."

"മോഹനനൊരു കാര്യം ചെയ്യ്. ഈ പച്ചക്കറികൾ ഉപയോഗിക്കുന്നതിനുമുൻപ് അരമണിക്കൂർ സമയം വെള്ളത്തിലിട്ട് വെക്കാൻ രേഖയോട് പറ. പിന്നെ കുറച്ച് ഉപ്പ് കൂടിയിടാൻ മറക്കേണ്ട കേട്ടോ."

"ആയിക്കോട്ട് മാഷെ. മാഷെ കണ്ടത് വളരെ നന്നായി. മാഷിപ്പം എങ്ങോട്ടാ."

"മോഹനാ നമ്മുടെ സ്കൂളിൽ വൈകുന്നേരം എൻഡോസൾഫാൻ ദുരിതബാധിതരുടെ ഒരു ഫോട്ടോ പ്രദർശനം സംഘടിപ്പിച്ചിട്ടുണ്ട്. ഒരു ബോധവത്കരണ പരിപാടി. മോഹനൻ കുടുംബസമേതം വന്ന് അത് കാണണം. ഇവിടെയടുത്തുള്ള വീടുകളിലൊക്കെ ഞാനും സഹദേവനും പറഞ്ഞിട്ട് വരാം."

"എന്തായാലും ഞാൻ വരാം മാഷെ. കാര്യങ്ങൾ എന്തൊക്കെയാണെന്ന് എനിക്കും മനസ്സിലാക്കാമല്ലോ."

Smitha

"അതെയതെ." സഹദേവൻ പറഞ്ഞു.

അവർ യാത്ര പറയാൻനേരം അവിടെ അടുത്തുനിന്ന് യന്ത്രമുപയോഗിച്ച് മരങ്ങൾ മുറിക്കുന്ന ശബ്ദം കേട്ടു.

"മോഹനാ, എവിടുന്നാ മരംമുറിക്കുന്ന ശബ്ദം കേൾക്കുന്നത്." മാധവൻ മാഷ് ചോദിച്ചു.

"അതു ആ പവിത്രന്റെ പറമ്പിൽ നിന്നാണ് മാഷെ. ആ പറമ്പിലുള്ള മാവും പിലാവും പറങ്കിമാവുമെല്ലാം മുറിച്ചുമാറ്റുകയാണ്, റബ്ബറ് വെക്കാൻ." മോഹനൻ പറഞ്ഞു.

"ദൈവമേ! മനുഷ്യൻ പൈസയ്ക്ക് ആർത്തി മൂത്തിറ്റ് ഈ പ്രകൃതിയെ മുച്ചൂടും മുടിക്കുമെന്നാ തോന്നുന്നത്. എന്തെല്ലാം തരം മരങ്ങളും ഔഷധസസ്യങ്ങളുമുള്ള പറമ്പാണത്. അതെല്ലാം കൊത്തി നശിപ്പിച്ച് ഏകവിളയായ റബ്ബറ് വെക്കാൻ ഈ പവിത്രന് തോന്നിയല്ലോ." മാധവൻ മാഷ് പറഞ്ഞു: "അവന്റെ അച്ഛപ്പൻ ഇന്ന് ജീവിച്ചിരിപ്പുണ്ടെങ്കിൽ അതിലേ ഒരു ഇല്ലി പൊട്ടിക്കാൻ ആരെയും അനുവദിക്കില്ല. കർക്കടമാസത്തിലും കൂടി ചക്കയുണ്ടാവുന്ന ഒരു പ്ലാവുണ്ടതില്. കാറാ കർക്കിടകമാസത്തിലും ഒരു നേരം അരി വെക്കാനില്ലാത്തവർ പോയിട്ട് ചോദിച്ചാൽ കുഞ്ഞമ്പു മൂസ്സോറ് ഒരു ചക്കയെങ്കിലും പറിച്ചുകൊടുക്കും." മാധവൻ മാഷ് പറഞ്ഞു.

"ഇപ്പളത്തെ കൂട്ടർക്ക് അങ്ങനെ ഒരു വിചാരവുമില്ലല്ലോ, മാഷെ. പണം വേണം, പണം! ഈ കഴിഞ്ഞ മഴക്കാലത്ത് പനി പിടിച്ചിട്ട് ഞാൻ ഡോക്ടറെ കാണാൻ പോയപ്പോ ഡോക്ടറ് പറയാ ഈ റബ്ബറ് ധാരാളമായി കൃഷിചെയ്യുന്ന മലയോരമേഖലകളിൽ നിന്നാണ് ഈ പ്രാവശ്യം കൂടുതൽ പനിയുമായി ആൾക്കാർ വന്നതെന്ന്. എന്താ കാരണം? ഈ റബ്ബറിന്റെ പാലെടുക്കാൻ വെക്കുന്ന ചിരട്ടയും കപ്പുകളുമൊക്കെയില്ലേ, അതിൽ കൊതുകുകൾ മുട്ടയിട്ട് പെരുകിയിട്ടാണ് ഇത്രയേറെ ചിക്കുൻഗുനിയ പടരാൻ കാരണമെന്നാണ് ഡോക്ടർ പറഞ്ഞത്." സഹദേവൻ പറഞ്ഞു.

"അത് സത്യം തന്നെയായിരിക്കും. നമുക്കു തന്നെ ആലോചിക്കാവുന്നതല്ലേയുള്ളൂ. നമുക്കൊര് കാര്യം ചെയ്യാം സഹദേവാ. പവിത്രന്റടുത്ത് പിന്നീടൊരു ദിവസം പോകാം. നമുക്ക് ഈ വഴി ഇങ്ങനെയുള്ളവരോടൊക്കെ പറഞ്ഞിട്ട് സ്കൂളിലേക്ക് പോകാം. അതാ നല്ലത്."

"ആയിക്കോട്ട് മാഷെ."

"എന്നാൽ ഞങ്ങൾ ഇങ്ങോട്ടു പോകാം മോഹനാ... വൈകുന്നേരം ഫോട്ടോ പ്രദർശനം കാണാൻ വരണം."

"ശരി. വരാം മാഷെ." മോഹനൻ പറഞ്ഞു.

അവർ എല്ലാവരും യാത്രപറഞ്ഞ് അവരവരുടെ വഴിക്ക് പോയി. പിന്നീട് വൈകുന്നേരം സ്കൂൾ മുറ്റത്തു ഒത്തുചേർന്നു.

"എല്ലാവരും എത്തിയിട്ടുണ്ട് സഹദേവാ... പഞ്ചായത്ത് പ്രസിഡണ്ട് ദിവാകരൻ മാഷുണ്ട്. പിന്നെ കൃഷിയാപ്പീസർ സദാശിവൻ സാറുണ്ട്. പഞ്ചായത്ത് മെമ്പറ് ശ്രീമതി സൗമിനി ടീച്ചറുണ്ട്. എല്ലാവരും കാണട്ടെ. പരിസ്ഥിതി പ്രവർത്തകരും ഡോക്ടർമാരും മറ്റ് സാമൂഹ്യപ്രവർത്തകരുമൊക്കെ എത്ര മുന്നറിയിപ്പ് നൽകിയിട്ടും മാരകമായ കീടനാശിനി തളിക്കുന്നതിന്റെ പ്രത്യാഘാതങ്ങൾ എന്താണെന്ന് ഇവർക്കാർക്കും ഇതുവരെ മനസ്സിലായിട്ടില്ലല്ലോ."

"കണ്ടാലറിയാത്തവൻ കൊണ്ടാലറിയും എന്നൊരു പഴഞ്ചൊല്ലില്ലേ മാഷേ. ഇപ്പോഴെങ്കിലും ഇവരുടെ കണ്ണൊന്നു തുറക്കട്ടെ." സഹദേവൻ മാധവൻ മാഷെ നോക്കി പറഞ്ഞു.

സഹദേവനും മാധവൻ മാഷും ചേർന്ന് അവിടെ വന്നുചേർന്നവരെയെല്ലാം വിളിച്ചുകൂട്ടിയിരുത്തി.

പ്രസിഡണ്ട് ദിവാകരൻ മാഷ് അല്പം മുന്നോട്ടുവന്ന് അവിടെ കൂടിയിരിക്കുന്നവരെ നോക്കി അഭിസംബോധന ചെയ്തു കൊണ്ടു സംസാരിച്ചുതുടങ്ങി:

"പ്രിയപ്പെട്ട സഹോദരീ സഹോദരന്മാരെ, നാട്ടുകാരെ. മാരകമായ കീടനാശിനികൾ തളിച്ചതിന്റെ ഫലമായി നമ്മുടെ ജലവും വായുവും മലിനമാക്കപ്പെട്ടിരിക്കുകയാണ്. ദുരിതബാധിത പ്രദേശത്ത് മരിച്ചുജീവിക്കുന്ന നമ്മുടെ സഹോദരങ്ങളുടെ ദുരിതമെന്താണെന്ന് ഒന്നു നോക്കി നെടുവീർപ്പിടാനെങ്കിലും ഈ ഫോട്ടോപ്രദർശനം കൊണ്ട് കഴിയുമെങ്കിൽ അതു തന്നെയാണ് ഇത്തരമൊരു പരിപാടിയുടെ വിജയം എന്നു ഞാൻ പറയുന്നു. പ്രത്യേക ഉദ്ഘാടനചടങ്ങുകളോ പ്രസംഗങ്ങളോ ഒന്നും ആവശ്യമില്ല. ഈ പ്രദർശനം കണ്ടതിനുശേഷം ഇവിടെ നടക്കുന്ന രാസ കീടനാശിനി വിരുദ്ധ പ്രതിജ്ഞയിൽ ഇവിടെ വന്നുചേർന്ന എല്ലാവരും പങ്കെടുക്കണമെന്ന് ഞാൻ അഭ്യർത്ഥിക്കുകയാണ്."

"എല്ലാവരും വരിവരിയായി ഇതിലൂടെ ചെന്ന് ഇവിടെ പ്രദർശിപ്പിച്ചിട്ടുള്ള ഫോട്ടോകൾ കാണണമെന്ന് അഭ്യർത്ഥിക്കുന്നു."

ആൾക്കൂട്ടത്തിൽനിന്നൊരാൾ പറഞ്ഞു.

ആളുകൾ വരിവരിയായി സ്കൂളിനുള്ളിലേക്ക് കയറിത്തുടങ്ങി.

"ഹോ... എനിക്ക് കാണാൻ കഴിയില്ലപ്പാ. എന്തൊരു ജീവിതമാണിത്. ഇരുപത് വയസ്സായ ഒരാളല്ലേ ഇത്? ആറു വയസ്സുകാരന്റെ അത്രയേ ഉള്ളൂ."

"ഈ ചിത്രം നോക്കിയേ... തലയും വയറും വീർത്തുന്തിയ ഒരു കുട്ടി."

"പത്രങ്ങളിൽ ഇതിന്റെ വാർത്തകൾ വായിക്കാറുണ്ടെങ്കിലും ഇതിത്രമാത്രം ഭീകരമാണെന്ന് ഞാൻ കരുതിയിരുന്നില്ല."

"പ്രദർശനം കണ്ടവരൊക്കെ ഇവിടെ വന്നു നിൽക്ക്. പ്രതിജ്ഞയിൽ എല്ലാവരും പങ്കെടുക്കണം."

"എല്ലാവരും വരട്ടെ. അവിടെ നിൽക്കുന്നവരെല്ലാം ഇങ്ങ് വാ. ങാ, എല്ലാവരും ആയല്ലോ. ബഹുമാനപ്പെട്ട കൃഷി ആപ്പീസർ സദാശിവൻ സാറ് പ്രതിജ്ഞ ചൊല്ലിത്തരുന്നതായിരിക്കും.

കൃഷി ഓഫീസർ സദാശിവൻ ചുറ്റുംകൂടി നില്ക്കുന്നവരെ നോക്കി പതുക്കെ പറഞ്ഞു തുടങ്ങി:

"പ്രിയപ്പെട്ടവരെ, മാരകമായ കീടനാശിനിയുടെ തെറ്റായ ഉപയോഗം മൂലം ഒരു സമൂഹത്തിന് വന്നുപെട്ട ദുരന്തചിത്രമാണ് നമ്മൾ ഇപ്പോൾ കണ്ടു കഴിഞ്ഞത്. നമ്മുടെ മണ്ണും ജലവും വായുവും മലിനമാക്കി വരുംതലമുറയ്ക്ക് ജീവിതം നിഷേധിക്കുന്ന ഇത്തരം പ്രവൃത്തികൾ ഇനിമേലിൽ ആവർത്തിക്കുകയില്ലെന്ന് നമുക്ക് ഒറ്റക്കെട്ടായി പ്രതിജ്ഞ ചെയ്യാം."

കൃഷി ഓഫീസർ ചൊല്ലിക്കൊടുത്ത പ്രതിജ്ഞ അവിടെ കൂടിനിൽക്കുന്നവരെല്ലാവരും ഏറ്റുപറഞ്ഞു:

"നമ്മുടെ കൃഷിയിടങ്ങളിൽ മാരകമായ കീടനാശിനികളും രാസവളങ്ങളും ഉപയോഗിക്കുകയില്ലെന്നും ജൈവകൃഷി സമ്പ്രദായം നടപ്പിലാക്കുമെന്നും എല്ലാ ജീവജാലങ്ങൾക്കും അർഹതപ്പെട്ട ജലവും വായുവും സംരക്ഷിക്കുമെന്നും ഇതിനാൽ ഞങ്ങൾ പ്രതിജ്ഞ ചെയ്യുന്നു. "

സൗമ്യയുടെ മോഹങ്ങൾ

മാധവൻ മാഷ് വരാന്തയിലിരുന്നു പത്രം വായിക്കുകയായിരുന്നു. പുറത്തുനിന്ന് ആരോ വരുന്നുണ്ടെന്നറിഞ്ഞ് മാഷ് പത്രത്തിനുമുകളിലൂടെ കണ്ണുയർത്തി നോക്കി. ആളെ തിരിച്ചറിഞ്ഞപ്പോൾ മാഷ് പത്രം മടക്കിവെച്ച് എഴുന്നേറ്റു.

"എന്താ വിജേഷേ...രാവില്ന്നേ..."

"മാഷേ ഒന്നു കാണാനാ..."

"എന്നാൽ വാ ഇരിക്കൂ..."

വിജേഷ് കസേരയിൽ ഇരുന്നു. മാധവൻ മാഷെ സൂക്ഷിച്ചുനോക്കി.

"വിശേഷം വല്ലതും..." മാഷ് വിജേഷിനോട് ചോദിച്ചു.

"വിശേഷിച്ചൊന്നുമില്ല." വിജേഷ് ചെറുതായി ചിരിച്ചുകൊണ്ട് പറഞ്ഞു.

"വിശേഷിച്ചൊന്നുമില്ലാതെ വെറുതെ വിജേഷ് വരില്ലല്ലോ. വിജേഷ് ഗൾഫിലേക്കിനി പോകുന്നില്ലാന്ന് ഉറപ്പിച്ചോ?"

"ഇല്ല മാഷേ, ഇനി ഗൾഫിലേയ്ക്ക് പോകുന്നില്ല. പത്തുപതിനഞ്ച് വർഷം അവിടെ നിന്നിട്ടും വലിയ മെച്ചമൊന്നുമുണ്ടായിട്ടില്ല. ഇങ്ങനെ വീട്ടിലെ കാര്യങ്ങളൊക്കെ ഒരുവിധം കഴിഞ്ഞുപോയി എന്നല്ലാതെ. പിന്നെ കഴിഞ്ഞ വരവില് കുറച്ച് കൃഷിഭൂമി വാങ്ങിയിട്ടിരുന്നു. അതുകൊണ്ട് അതു ബാക്കിയുണ്ടെന്ന് പറയാം."

"വിജേഷിന് അന്ന് അങ്ങനെ ഒരു ബുദ്ധി തോന്നിയത് വളരെ നന്നായി. അതുകൊണ്ട് അതെങ്കിലും ബാക്കിയുണ്ടല്ലോ. അല്പം കൃഷിഭൂമി കൈയിലുണ്ടാവുന്നത്... അതിനൊരന്തസ്സുണ്ട് വിജേഷേ... ഒന്നുമില്ലെങ്കില് പത്തുസേറ് വിത്തു വാരിച്ചാടിയാല് കഞ്ഞി കുടിക്കേണ്ട വക കിട്ടുമല്ലോടോ... അല്ലാതെ വെള്ളം അടുപ്പത്തുവെച്ചിട്ട് രണ്ടുകിലോ അരി വാങ്ങാൻ പീടികയിലേക്ക് സഞ്ചിയുമെ

ടുത്ത് പായണ്ടല്ലോ. അതുതന്നെ വലിയ കാര്യമല്ലേ?"

"അതോർത്തിട്ടാ മാഷെ അന്ന് അങ്ങനെ ഒരു ബുദ്ധി തോന്നിയത്."

"പണം എത്ര ഉണ്ടായിട്ടും കാര്യമില്ല വിജേഷേ. നമ്മുടെ വീട്ടില് പത്തുസേറ് നെല്ല് ഉണ്ടെങ്കില് അതിന്റെ വൗസൊന്ന് വേറെ തന്ന്യാ...! ഒരാൾക്ക് ബേങ്കില് ലക്ഷക്കണക്കിന് രൂപ ഡെപ്പോസിറ്റ്ണ്ടായാല് അയാളത് പറഞ്ഞാലല്ലേ മറ്റൊരാളറിയൂ... പുറത്തുനിന്നൊരാൾ നമ്മുടെ വീട്ടിലേക്ക് കയറി വരുമ്പോൾ മുറ്റത്ത് ഒരു പുല്ലുങ്കയ കൂട്ടിയിട്ടുകണ്ടാൽ ആർക്കും നമ്മളെക്കുറിച്ച് ഒരു മതിപ്പ് തോന്നും. ഒരു നേരം കൊണ്ടുവന്നില്ലെങ്കിലും അരിവെന്ത വെള്ളം കുടിക്കാനുള്ള വകയുണ്ടെന്ന് അവർ കരുതും. അത് ചില്ലറ കാര്യമല്ലല്ലോ, ഇക്കാലത്ത്. അതിരിക്കട്ടെ, വിജേഷ് വന്ന കാര്യമെന്താണെന്നുവെച്ചാൽ പറ."

"ഇനി നാട്ടിൽതന്നെ എന്തെങ്കിലും തുടങ്ങണമെന്നാണ് വിചാരം. അതിന് മാഷുടെ ചില ഉപദേശങ്ങൾ എനിക്കാവശ്യമുണ്ട്."

"വിജേഷിന്റെ മനസ്സിൽ എന്തെങ്കിലും തുടങ്ങാനുള്ള ഉദ്ദേശ്യമുണ്ടോ?"

"എവിടെയെങ്കിലും ഒരു മുറി വാടകയ്ക്കെടുത്ത് എന്തെങ്കിലും ഒരു കച്ചവടം തുടങ്ങിയാലോ എന്ന് ഞാനാലോചിച്ചിരുന്നു. പിന്നെ കൂടുതൽ ചിന്തിക്കുമ്പോൾ അതൊന്നും എനിക്ക് പറ്റിയ പണിയല്ലാന്ന് എന്റെ ഉള്ളിൽ നിന്നാരോ പറയുന്നതുപോലെ ഒരു തോന്നൽ."

"പണ്ടേ കാലിയും കൃഷിയുമൊക്കെയായിട്ട് കഴിഞ്ഞ കുടുംബമല്ലേ വിജേഷിന്റേത്. ആ വഴിക്ക് വല്ലതും നോക്കിക്കൂടേ...?"

" ഞാനങ്ങനെ ആലോചിക്കാതെയില്ല, മാഷേ... ഒരഞ്ചാറ് പശുക്കളെ വാങ്ങിച്ചിട്ട് ചെറിയ തോതിലൊരു ഫാമുണ്ടാക്കിയാലോ എന്നൊരു ഉദ്ദേശ്യം മനസ്സിലുണ്ട്..."

"എന്നാൽപ്പിന്നെ വിജേഷ് മറ്റൊന്നും ചിന്തിക്കണ്ടേ. അതാ നല്ലത്. ഈ പേക്കറ്റ് പാലും പാൽപ്പൊടിയും മറ്റ് നിവൃത്തിയില്ലാത്തതുകൊണ്ടല്ലേ ആളുകള് വാങ്ങിക്കുന്നത്. നല്ല പരിശുദ്ധമായ പാല് കിട്ടുമെങ്കിൽ ആരാ വാങ്ങിക്കാതിരിക്കാ...! കൂടുതൽ പാലുണ്ടെങ്കിൽ നമുക്ക് സൊസൈറ്റിയിൽ കൊടുക്കുകയും ചെയ്യാമല്ലോ."

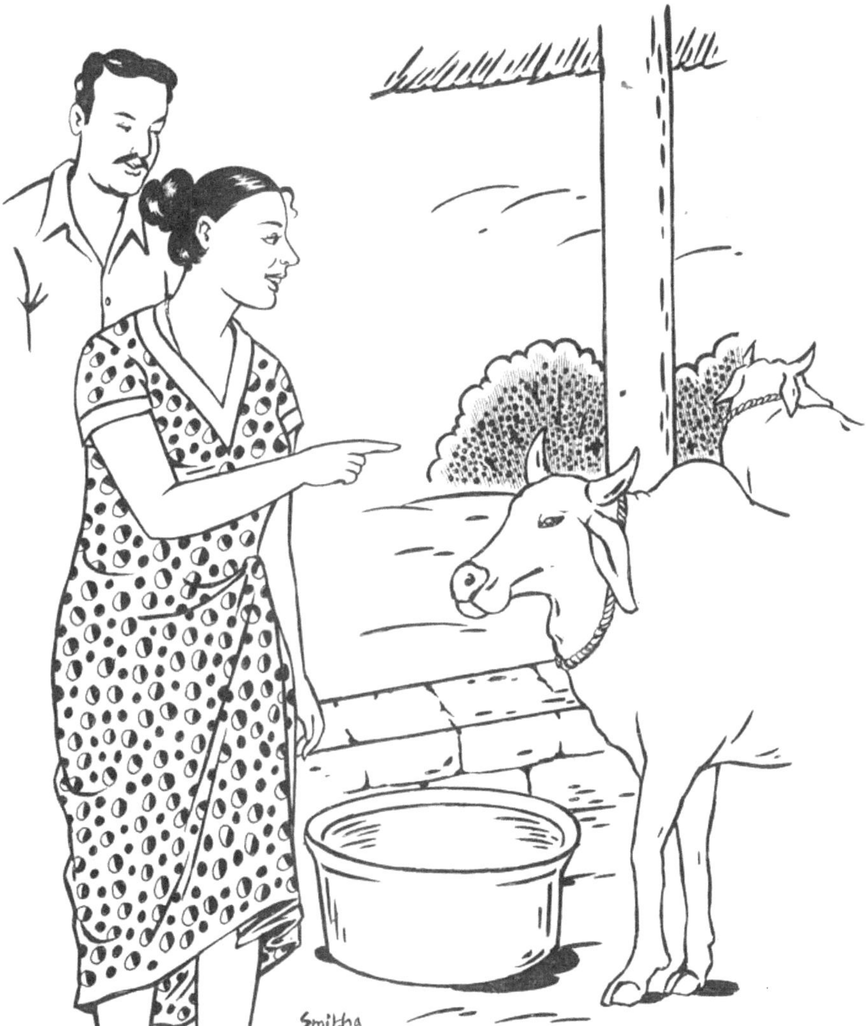
Smitha

“ആ വഴിക്കാലോചിക്കുന്നതിൽ ഒരു തെറ്റുമില്ല, അല്ലേ, മാഷേ...”

“ഒരു തെറ്റുമില്ല. ഏതായാലും വിജേഷിന് കുറച്ച് നെൽവയലുണ്ടല്ലോ. അതിലിടാൻ വളം വേണ്ടേ. അഞ്ചാറ് പശുക്കളുണ്ടെങ്കിൽ ആ കാര്യം പിന്നെ ആലോചിക്കേണ്ടല്ലോ. ഒരു കുടുംബത്തിന് ജീവിച്ചുപോകാനുള്ള വക അതിൽനിന്ന് കിട്ടും. വിജേഷ് മറ്റൊന്നും ഇനി ആലോചിക്കേണ്ട. ധൈര്യമായിട്ട് തുടങ്ങിക്കോ. ഭാഗ്യമുണ്ടെങ്കില് ഒന്നുരണ്ട് കൊല്ലം കഴിയുമ്പോഴേക്കും പത്തിരുപത് പശുക്കളെക്കൂടി വാങ്ങിച്ച് വിപുലമായ രീതിയിൽതന്നെ ഒരു ഫാമുണ്ടാക്കാമല്ലോ. ഇതിനനുബന്ധമായി കുറച്ച് പച്ചക്കറി കൃഷിയും തുടങ്ങണം. ആവശ്യത്തിന് വളമുണ്ടാവുമല്ലോ. പിന്നെ പാല്, തൈര്, നെയ്യ്... അങ്ങനെ അനുബന്ധ ഉല്പന്നങ്ങൾക്ക് നമുക്ക് വിപണി കണ്ടെത്താൻ പറ്റും.”

വിജേഷ് ഒരുനിമിഷം മാധവൻ മാഷുടെ കണ്ണുകളിലേക്ക് സൂക്ഷിച്ചുനോക്കി. മടിച്ചുമടിച്ചാണെങ്കിലും വന്ന കാര്യം മാഷോട് പറയാൻ തന്നെ വിജേഷ് തീരുമാനിച്ചു.

“ബേങ്കിലെ നാരായണേട്ടൻ ഒരു ലോൺ പാസ്സാക്കിത്തരാമെന്ന് പറഞ്ഞിട്ടുണ്ട്. അതിന് മാഷൊരു ജാമ്യത്തിന് ഒപ്പിട്ടുതരണം.”

“വിജേഷ് ഒന്നുകൊണ്ടും പേടിക്കേണ്ട. എന്റെ എന്തുസഹായം വേണമെങ്കിലും ഈ കാര്യത്തിന് വിജേഷിനുണ്ടാവും. ധൈര്യമായിട്ടിറങ്ങിക്കോ.”

മാധവൻ മാഷുടെ മറുപടി കേട്ടപ്പോൾ വിജേഷിന് വളരെ സന്തോഷം തോന്നി. വിജേഷ് മാധവൻ മാഷുടെ കൈകൾ കൂട്ടിപ്പിടിച്ച് സ്നേഹത്തോടെ പറഞ്ഞു: “സന്തോഷമായി മാഷെ. ഒരു കാര്യത്തിനിറങ്ങുമ്പോൾ എനിക്ക് ധൈര്യം തരാൻ ഒരാളുണ്ടായല്ലോ. വളരെ സന്തോഷമായി. എന്നാൽ ഞാനിറങ്ങട്ടെ മാഷെ.”

വിജേഷ്, മാധവൻ മാഷോട് യാത്ര പറഞ്ഞ് വീട്ടിലേക്ക് നടന്നു.

പശുക്കളും കിടാവുകളും കരയുന്ന ശബ്ദം കേട്ട് വിജേഷ് പുറത്തേക്കിറങ്ങി വന്നു.

“കരയുകയൊന്നും വേണ്ടെടോ... ഞാനിതാ വരുന്നു...”

“എന്തിനാ പശുക്കൾ കരയുന്നേ?” വിജേഷിന്റെ ഭാര്യ സൗമ്യ അടുക്കളയിൽനിന്ന് പുറത്തേക്ക് വന്നുകൊണ്ടു ചോദിച്ചു.

“നോക്കട്ടെ. ഒരുപക്ഷേ വല്ലത്തിലിട്ട പുല്ലെല്ലാം തിന്നു തീർത്തി

ട്ടുണ്ടാവും."

വിജേഷ് ആലയിലേക്ക് നടന്നു. വല്ലത്തിൽ നോക്കിക്കൊണ്ട് പറഞ്ഞു: "ഞാൻ പറഞ്ഞത് ശരിതന്നെ സൗമ്യേ. വല്ലത്തിൽ പുല്ലിന്റെ ഒരു പൊടിപോലുമില്ല. എല്ലാം തിന്നുതീർത്തു."

സൗമ്യ വിജേഷിന് പിന്നാലെ ആലയിലേക്ക് വന്നുകൊണ്ട് പറഞ്ഞു: " ഈ വെളുത്ത പശുവിന് ഒണക്ക് പുല്ലെന്നോ പച്ചപ്പു ല്ലെന്നോ അങ്ങനെ വകതിരിവൊന്നുമില്ല. എല്ലാം തിന്നോളും. നല്ല വായിയാണ്."

"ഉം. അതെ... അതെ..." വിജേഷ് പറഞ്ഞു.

"ഈ ചോന്ന പശു അങ്ങനെയല്ല. വയലിൽ നിന്നരിഞ്ഞുകൊ ണ്ടുവരുന്ന പുല്ല് അതിനങ്ങനെ വേണ്ട. അതിന് പറമ്പിൻ പുല്ലാ ണിഷ്ടം."

സൗമ്യയുടെ വർത്തമാനം കേട്ട് വിജേഷ് ചിരിച്ചുകൊണ്ട് പറഞ്ഞു: "പശുക്കളും മനുഷ്യന്മാരെപ്പോലെ തന്നെ. ഓരോരു ത്തർക്കും ഓരോ രുചിയല്ലേ?"

"ആ പുള്ളിപ്പശു വലിയ വൃത്തിക്കാരിയാ. അതിന്റെ ശരീരത്തിൽ ഒരു പൊടി അഴുക്കുണ്ടാവുന്നത് അതിനിഷ്ടമല്ല."

"ശ്രദ്ധിക്കണം. ഈച്ചകളോ പോന്തകളോ ഒന്നും അതിന്റെ ശരീ രത്തിൽ വന്നിരിക്കരുത്. തൊഴുത്തും പരിസരവും എപ്പോഴും വൃത്തി യായിരിക്കണം."

"ഞങ്ങളുടെ വീട്ടില് വിഷു സംക്രമത്തിന് പുലർച്ചയ്ക്ക് അമ്മ ആലയിൽ ചെന്ന് പശുക്കളെ വിളക്ക് കാണിക്കാറുണ്ട്."

"ഇനി ഇവിടെ അതൊക്കെ ചെയ്യേണ്ടത് സൗമ്യയാണ്."

"ഈ കറുത്ത പശു ഇവിടെ വന്നതിൽ പിന്നെ ഒന്നു കൊഴുത്തു മിനുങ്ങിയിട്ടുണ്ട്."

"അതു പിന്നെ മിനുങ്ങാണ്ടിരിക്ക്വോ... നീയല്ലേ അതിനെ പരി ചരിക്കുന്നത്."

"വിജേഷേട്ടാ..." സൗമ്യ വിളിച്ചു.

"ഉം...!" വിജേഷ് സൗമ്യയെ ഉറ്റുനോക്കി.

"എനിക്കൊരു ആഗ്രഹമുണ്ട്." സൗമ്യ പറഞ്ഞു.

"ഉം... കേൾക്കട്ടെ നിന്റെ ആഗ്രഹം."

"നമുക്ക് നൂറു പശുക്കളുള്ള ഒരു വലിയ ഫാമ് വേണം."

"അത്രയേ ഉള്ളൂ... അതാണോ വലിയ കാര്യം"

‘‘ഉം...’’

“അതു ഞാൻ സാധ്യമാക്കും സൗമ്യേ...” വിജേഷ് അവൾക്ക് ഉറപ്പ് നൽകി.

“ഞാനിത് വിശ്വസിക്കട്ടെ.” സൗമ്യ അത്ഭുതത്തോടെ ചോദിച്ചു.

“തീർച്ചയായും.” വിജേഷ് പറഞ്ഞു: “ ചില പെണ്ണുങ്ങൾക്ക് പത്തു പവന്റെ മാല വേണമെന്നായിരിക്കും ആഗ്രഹം. മറ്റു ചിലർക്ക് വലിയ വീടും കാറും വേണമെന്നായിരിക്കും. വേറെ ചിലർക്ക് നഗരത്തിൽ വലിയ ഫ്ളാറ്റ് വേണമെന്നായിരിക്കും. എന്റെ സൗമ്യയ്ക്ക് നൂറ് പശുക്കളുള്ള ഒരു ഫാം വേണമെന്നല്ലേ ആഗ്രഹം. അതു ഞാൻ വരുന്ന അഞ്ചുവർഷത്തിനകം സാധ്യമാക്കിത്തരും.”

അതുകേട്ടതോടെ സൗമ്യയ്ക്ക് വളരെ സന്തോഷമായി. ഒരു പൂമരംപോലെ അവൾ പൂത്തുലഞ്ഞു.

‘‘എന്റെ ഭാഗ്യം... അപ്പോൾ ഒരുപാട് പാലുണ്ടാവില്ലേ. അതൊക്കെ നമ്മൾ എന്താ ചെയ്യാ?” സൗമ്യ ചോദിച്ചു.

വിജേഷ് ഒരു നിമിഷം ആലോചിച്ചു. പിന്നീട് പറഞ്ഞു:

“അനുബന്ധമായി പാലുല്പന്നങ്ങളുണ്ടാക്കുന്ന ഒരു സ്ഥാപനം നമുക്ക് തുടങ്ങാം.”

“അതു നല്ല ഐഡിയ തന്നെ.” സൗമ്യ പറഞ്ഞു.

മൂന്നു കർഷകർ

അമ്പലക്കുളത്തിനരികിലൂടെ വയൽവരമ്പിലേക്കിറങ്ങി അതിരാണിപ്പൂക്കൾ വിരിഞ്ഞുനിൽക്കുന്ന നാട്ടുവഴിയിലൂടെ നടന്നു വരികയായിരുന്നു മാധവൻ മാഷ്. ഒരു വളവിലെത്തിയപ്പോൾ സുരേഷ് നടന്നു വരുന്നതു കണ്ടു.

"എന്താ സുരേഷേ എങ്ങോട്ടാ?" മാധവൻ മാഷ് ചോദിച്ചു.

"മാഷെ, ഞാനൊന്ന് മിൽക് ബൂത്തില് വരെ പോവ്വാ..." സുരേഷ് പറഞ്ഞു.

"എന്താ വിശേഷം. ആരെങ്കിലും വിരുന്നുവന്നിട്ടുണ്ടോ. പാല് വാങ്ങിക്കാനാണോ?"

"ഇല്ല, മാഷെ. ആരും വിരുന്നുവന്നിട്ടൊന്നുമില്ല."

"ഉം... പിന്നെന്തിനാ ഇപ്പോ പാല്."

"അത്... അച്ഛന് നല്ല സുഖമില്ല. ഡോക്ടറെ കാണിച്ചിട്ട് ഞാനിപ്പം വന്നതേയുള്ളൂ. ഡോക്ടറ് കുറേ ഗുളികയ്ക്ക് എഴുതിത്തന്നിരുന്നു. അതു കഴിക്കുമ്പോൾ വയറ് പുകച്ചിലുണ്ടാവുമെന്നും രാവിലെയും രാത്രിയിലും ഓരോ ഗ്ലാസ് പാല് കാച്ചിക്കൊടുക്കണമെന്നും ഡോക്ടറ് പ്രത്യേകം പറഞ്ഞിരുന്നു."

"സുരേഷിന്റെ വീടിനടുത്തൊന്നും പാല് കിട്ടാനില്ലേ? ചായക്ക് വേണ്ടുന്ന പാല് എവിടെ നിന്നാ വാങ്ങിക്കുന്നത്?"

" ആ ജാനകിയേച്ചിയുടെ വീട്ടിലൊരു പശുവുണ്ടായിരുന്നു. അവിടെ നിന്നാണ് സാധാരണ പാല് വാങ്ങിക്കാറ് പതിവ്. അതിനു ഇപ്പോ കറവ് മുട്ടിയിട്ടാണുള്ളത്. ഒരു മരുന്നിനുപോലും നാഴി പശുവിൻ പാല് കിട്ടാനില്ല മാഷെ. അതുകൊണ്ട് ബൂത്തില് പോയി പേക്കറ്റ് പാല് വാങ്ങിച്ചേ പറ്റൂ..."

"സുരേഷൊരു കാര്യം ചെയ്യ്. ഈ പേക്കറ്റ് പാലൊന്നും അച്ഛന് വാങ്ങിക്കൊടുത്തിട്ട് ഒരു കാര്യവുമില്ല. അതിലെ പോഷകാംശങ്ങ

ളെല്ലാം വേർതിരിച്ചെടുത്ത് പാലെന്നും പറഞ്ഞ് ഒരു വെളുത്ത വെള്ളമാണ് കടയിൽ നിന്ന് നമുക്ക് കിട്ടുന്നത്. പിന്നെ അതൊക്കെ എവിട്ന്ന് വരുന്നു... ആരൊക്കെ കൊണ്ടുവരുന്നു... എന്നതിന് ഒരു നിശ്ചയവുമില്ല. അന്യ സംസ്ഥാനങ്ങളിൽ നിന്നും യാതൊരു വ്യവസ്ഥയുമില്ലാതെ പാലും തൈരും ഇവിടെ കൊണ്ടുവന്ന് വിൽക്കുന്നുണ്ട്. അതിന്റെ ഗുണമേന്മ നമുക്കെങ്ങനെയാ ഉറപ്പിക്കാൻ കഴിയുക?"

അതു കേട്ടതോടെ സുരേഷ് വല്ലാത്ത അനിശ്ചിതത്വത്തിലായി. സംശയത്തോടെ മാധവൻ മാഷെ നോക്കി.

"ഞാനിപ്പോ എന്താ ചെയ്യാ മാഷേ... പാല് വാങ്ങിക്കാതെ എനിക്ക് വീട്ടിലേക്ക് പോവാൻ പറ്റില്ലല്ലോ. അച്ഛന് മരുന്നു കഴിക്കുമ്പോൾ കുടിക്കാൻ..."

"സുരേഷ് ഒരു കാര്യം ചെയ്യ്. എന്റെ കൂടെ വാ. ഇവിടെയടുത്ത് വിജേഷ് എന്നു പേരുള്ള ഒരാളുണ്ട്. അയാൾ കുറച്ച് പശുക്കളെയൊക്കെ വാങ്ങിച്ച് ഏതാണ്ട് ഒരു ഫാമ് തുടങ്ങിയിട്ടുണ്ട്. സുരേഷിന് വേണ്ടുന്ന നല്ല പശുവിൻ പാലോ മോരോ തൈരോ നെയ്യോ എന്തു വേണമെങ്കിലും അവിടെനിന്ന് കിട്ടും."

"ഏതു വിജേഷാണ് മാഷെ?"

"എന്റെ വീട്ടിലേക്ക് പോകുന്ന വഴിക്കാ."

"ആ ഗൾഫുകാരൻ വിജേഷ്ന്ന് പറയുന്നയാളാണോ?"

"അതുതന്നെ. അയാളിപ്പോൾ ഗൾഫ്ന്ന് മതിയാക്കിയിട്ട് നാട്ടിൽ വന്ന് കുറേ പശുക്കളെയൊക്കെ വാങ്ങിച്ചിട്ട് ഒരു നല്ല കർഷകനായിട്ട് ജീവിക്കുകയാ. നല്ലൊരുത്തനാ വിജേഷ്. കണ്ടമാനം കാലിത്തീറ്റയോ മറ്റോ വിജേഷ് പശുക്കൾക്ക് കൊടുക്കില്ല. നല്ല ഒന്നാന്തരം പച്ചപ്പുല്ലും തവിടും പിണ്ണാക്കും കഞ്ഞിവെള്ളവും അങ്ങനെയുള്ള സാധനങ്ങളെ വിജേഷ് പശുക്കൾക്ക് കൊടുക്കുകയുള്ളൂ. അതുകൊണ്ട് വിജേഷിന്റെ പശുവിൻപാലിന് നല്ല ഔഷധഗുണമുണ്ടാവും."

"കുറേ നാളായോ മാഷെ അയാൾ പശുക്കളെ പോറ്റാൻ തുടങ്ങിയിട്ട്?"

"കുറച്ചു നാളുകളായി."

"അപ്പോ നമുക്കിനി ആവശ്യമുള്ള പാലൊക്കെ വിജേഷിന്റടുക്കൽ നിന്ന് കിട്ടും അല്ലേ?"

Smitha

"എന്താ സംശയം. എത്ര പാല് വേണമെങ്കിലും ഏതു സമയം വേണമെങ്കിലും വിജേഷിന്റടുത്തുനിന്ന് കിട്ടും."

"അതു നല്ല കാര്യം തന്നെ."

''ഇപ്പോഴല്ലേ നമ്മുടെയൊക്കെ വീടിന് ടൈൽസും മാർബിളു മൊക്കെ ഇടാൻ തുടങ്ങിയത്. പണ്ടൊക്കെ എന്താ ചെയ്യാ...?"

"നല്ല ചാണകം കൊണ്ട് വീടും മുറ്റവുമൊക്കെ മെഴുകി വെടി പ്പാക്കും."

"അതെ. അതൊക്കെ നമ്മുടെ അമ്മമാരും സഹോദരിമാരു മൊക്കെ കൈകൊണ്ടുതന്നെ അങ്ങ് ചെയ്യുന്ന കാര്യമല്ലേ. അവ രുടെ ആരുടെയെങ്കിലും കൈകൾക്ക് അതുകൊണ്ട് എന്തെങ്കിലും അസുഖം വരികയോ ചാണകം വാരാൻ അവർക്ക് അറപ്പുണ്ടാവു കയോ ഒന്നും ചെയ്തിട്ടില്ല. പശുവിന്റെ ചാണകംകൊണ്ട് വീട് മെഴുകിയാലും പശുവിന്റെ മൂത്രം കൊണ്ടുണ്ടാക്കുന്ന പുണ്യാഹം കൊണ്ടുവന്ന് തളിച്ചാലും നമ്മുടെ വീടും പരിസരവുമൊക്കെ ശുദ്ധ മായി എന്നാണ് സങ്കല്പം. എന്നാലിപ്പോഴോ...? മാംസത്തിന്റെ അവശിഷ്ടങ്ങളും മറ്റു കൊഴുപ്പുകളുമൊക്കെ ചേർത്തു കൃത്രിമ മായി ഉണ്ടാക്കുന്ന കാലിത്തീറ്റയും മറ്റും കഴിച്ച് പശുക്കൾ വിസർജ്ജിക്കുന്ന ചാണകം കൈകൊണ്ട് തൊടാൻ പോയിട്ട് നാറി യിട്ട് അതിന്റടുത്ത് പോകാൻ കൂടി പറ്റോ...?" മാധവൻ മാഷ് ചോദി ച്ചു.

"ഇല്ല." സുരേഷ് പറഞ്ഞു.

"അതാ ഞാൻ പറഞ്ഞത് വ്യാവസായികാടിസ്ഥാനത്തിൽ ഉല്പാ ദിപ്പിക്കുന്ന ഒന്നിനും നമ്മളുദ്ദേശിക്കുന്ന ഗുണം കിട്ടണമെന്നില്ല. വ്യാവസായികാടിസ്ഥാനത്തിൽ ഉല്പാദിപ്പിക്കുന്ന പച്ചക്കറികളാ യാലും പാലായാലും പഴങ്ങളായാലും മറ്റ് ഔഷധങ്ങളായാലും ഉല്പാദകന് ലാഭത്തിലാണ് കണ്ണ്. അപ്പോൾ ഉല്പന്നം എത്രമാത്രം ഗുണമേന്മയുള്ളതായിരിക്കുമെന്ന് നമുക്ക് ഊഹിക്കാവുന്നതല്ലേയു ള്ളൂ."

"നമ്മുടെ നാട് പുരോഗമിച്ച് പുരോഗമിച്ച് ഇങ്ങനെ അന്യോന്യം കൊന്നുതിന്നുന്ന അവസ്ഥയിലായി മാഷെ. നമ്മുടെ നാട് ഒരി ക്കലും നന്നാവില്ല."

"സുരേഷിനെപ്പോലുള്ള ചെറുപ്പക്കാര് ഇങ്ങനെയൊന്നും വിശ്വ സിക്കരുത്; സങ്കല്പിക്കരുത്. നമ്മുടെ നാട് നന്നാക്കേണ്ട ബാധ്യത

നമ്മുടേതാണ്. അതിനു നമ്മൾക്കെന്തു ചെയ്യാൻ കഴിയും എന്ന് നമ്മളോരോരുത്തരും സ്വയം ചോദിച്ച് അവനവന് കഴിയുന്ന രീതിയിൽ എല്ലാം സത്യസന്ധമായി ചെയ്തു തുടങ്ങണം. അതാ വേണ്ടത്."

"മാധവൻ മാഷ് പറഞ്ഞതാ സത്യം. ഇത്തരം കാര്യങ്ങൾക്കൊക്കെ ഇപ്പോൾ ആളെ കിട്ടുമോ എന്നാണ് എന്റെ സംശയം?"

"സുരേഷിന് ഇനിയും സംശയമുണ്ടോ? നോക്ക്... സുരേഷിനിപ്പോൾ, അച്ഛന് രാത്രിയിൽ കുടിക്കാൻ കുറച്ച് പാല് വേണം. അതിപ്പോ നമ്മുടെ നാട്ടില് തന്നെ കിട്ടാനുണ്ടെന്ന് മനസ്സിലായല്ലോ. അതെങ്ങനെയാ സാധ്യമായത്? വിജേഷിനെപ്പോലെ സാമൂഹ്യബോധമുള്ള ഒരു കർഷകൻ ഇവിടെ ഉണ്ടായതുകൊണ്ടല്ലേ? അതുപോലെ കൃഷിയുടെ എല്ലാ മേഖലകളിലും ആളുകൾ സ്വയം സന്നദ്ധരായി വരണമെന്നാണ് ഞാൻ പറയുന്നത്. അങ്ങനെയാണെങ്കിൽ നമുക്ക് നല്ല അരി കിട്ടും. നല്ല പച്ചക്കറികൾ കിട്ടും. നല്ല പാലുല്പന്നങ്ങൾ കിട്ടും... മാത്രമല്ല അധ്വാനിച്ചുണ്ടാക്കുന്ന പണം അന്യദേശത്തേക്കൊഴുകിപ്പോകുകയുമില്ല. നമ്മുടെ പണം നമ്മുടെ നാടിന്റെ പുരോഗതിയ്ക്ക് ഉപകരിക്കുകയും ചെയ്യും. എന്താ ശരിയല്ലേ...?"

"ശരിയാണ് മാഷെ... മാഷ് പറഞ്ഞതു മുഴുവൻ ശരിയാണ്." സുരേഷ് പറഞ്ഞു.

അവർ രണ്ടുപേരും ഓരോരോ വർത്തമാനം പറഞ്ഞ് വിജേഷിന്റെ വീടിനടുത്തെത്തിയത് വളരെ പെട്ടെന്നായിരുന്നു.

ഗെയിറ്റ് കടന്ന് മുറ്റത്തേക്ക് കാലെടുത്തുവെച്ചയുടൻ മാധവൻ മാഷ് വിളിച്ചുപറഞ്ഞു:

"വിജേഷേ... സൗമ്യേ... ഞങ്ങൾ രണ്ടാള് വിരുന്നു വന്നിട്ടുണ്ട്ട്ടോ..."

വിജേഷ് ആലയിൽ പശുക്കളെ പരിചരിച്ചുകൊണ്ടിരിക്കുകയായിരുന്നു. മാധവൻ മാഷുടെ ശബ്ദം കേട്ടയുടനെ അവൻ വിളിച്ചു പറഞ്ഞു: "മാധവൻ മാഷെ... ഞാൻ ആലയിലാണുള്ളത്. ഇതാ വരുന്നു."

മാധവൻ മാഷുടെ ശബ്ദം കേട്ട് സൗമ്യ പുറത്തേക്കിറങ്ങി വന്നു.

"മാഷെ... വാ. മാഷിരിക്ക്. വിജേഷേട്ടനിപ്പോ വരും."

"കുറേ ദിവസങ്ങളായി ഇങ്ങോട്ടൊന്ന് വരണമെന്ന് കരുതിയ

താ.ഓരോരോ തിരക്കുകൾ കൊണ്ട് വരാൻ കഴിഞ്ഞില്ല." കസേരയിൽ ഇരുന്നുകൊണ്ട് മാധവൻ മാഷ് പറഞ്ഞു: "ദാ... സുരേഷിരിക്ക്."

"കുടിക്കാൻ ഞാൻ കുറച്ച് മോരും വെള്ളമെടുക്കട്ടെ?" സൗമ്യ ചോദിച്ചു.

മാധവൻ മാഷ് ചിരിച്ചുകൊണ്ടു പറഞ്ഞു: "നല്ല കാര്യമല്ലേ... ആയിക്കോട്ടെ."

സൗമ്യ അകത്തേക്ക് പോയി.

വിജേഷ് മുറ്റത്തേക്ക് കടന്നുവന്നുകൊണ്ട് വിളിച്ചു: "മാഷെ."

"വിജേഷിന് ഈ സുരേഷിനെ അറിയില്ലല്ലോ?"

"കണ്ടിട്ടുണ്ട്."

"നമ്മുടെ ഗംഗാധരൻ മാഷുടെ മകനാ."

"ങ്ഹാ...ഇപ്പോ മനസ്സിലായി."

"ഗംഗാധരൻ മാഷെ സുഖമില്ലാണ്ട് ഡോക്ടറെ കാണിച്ചപ്പോ രാവിലെയും രാത്രീലും കുറച്ച് പാല് കുടിക്കാൻ ഉപദേശിച്ചിരുന്നു. സുരേഷ് പാല് വാങ്ങിക്കുവാൻ പീടികയിലേക്ക് പോകുന്ന വഴിക്ക് ഞാൻ കണ്ടുമുട്ടി. പേക്കറ്റ് പാലൊന്നും വാങ്ങിച്ച് മാഷ്ക്ക് കൊടുക്കേണ്ട, ഔഷധഗുണമുള്ള നല്ല പശുവിൻ പാല് ഇവിടന്ന് കിട്ടുമെന്ന് പറഞ്ഞ് ഞാൻ സുരേഷിനെ ഇങ്ങോട്ട് കൂട്ടിയതാ." ചിരിച്ചുകൊണ്ട് മാധവൻ മാഷ് പറഞ്ഞു.

"ഇവിടെ പശുവിൻ പാല് യഥേഷ്ടം കിട്ടാനുണ്ടാവുമ്പോൾ പീടികയിൽ പോയിറ്റെന്തിനാ പേക്കറ്റ് പാല് വാങ്ങിക്കുന്നത്?" വിജേഷ് ചോദിച്ചു.

"വിജേഷ് ഇപ്പോഴും ഗൾഫിലാണെന്നാ സുരേഷിന്റെ വിചാരം. ഇവിടെ പശുവും പാലുമുള്ള കാര്യം സുരേഷിനറിയില്ല."

"പാല് ആവശ്യമുള്ള സമയത്ത് ഇങ്ങോട്ടുവന്നോ. ഇവിടെയുണ്ടാവും, അല്ലേ മാഷേ." വിജേഷ് പറഞ്ഞു.

"ഞാനത് സുരേഷിനോട് പറഞ്ഞു."

സൗമ്യ ഒരു വലിയ പാത്രം നിറയെ മോരും വെള്ളം കൊണ്ടുവന്നു.

"ഇന്നാ മാഷേ മോരും വെള്ളം." സൗമ്യ ഓരോ ഗ്ലാസ് മോരും വെള്ളം മാധവൻ മാഷ്ക്കും സുരേഷിനും നൽകി.

മാധവൻ മാഷ് രുചിയറിഞ്ഞ് മോരുംവെള്ളം കുടിച്ചുകൊണ്ട് പറഞ്ഞു: "അസ്സലായിട്ടുണ്ട്; മോരും വെള്ളം. കറിവേപ്പിലയും നാരകത്തിന്റെ ഇലയും ഇഞ്ചിയുമൊക്കെ ഇടിച്ചിട്ടതുകൊണ്ട് വളരെ രുചികരമായിട്ടുണ്ട്."

"മാഷക്ക് കുറച്ചുകൂടി കൊടുക്ക്." വിജേഷ് പറഞ്ഞു.

"മതി... മതി... എനിക്കുമതി." മാഷ് പറഞ്ഞു.

സൗമ്യ വിജേഷിനോട് ചോദിച്ചു: "നിങ്ങൾക്കുവേണോ?"

" ഒരു ഗ്ലാസ് എനിക്കും തന്നേ." വിജേഷ് പറഞ്ഞു.

"ഇന്നാ കുടിക്ക്."

വിജേഷ് ഒരു ഗ്ലാസ് മോരും വെള്ളം വാങ്ങിക്കുടിച്ചുകഴിഞ്ഞപ്പോൾ മാധവൻ മാഷ് പറഞ്ഞു:

"പിന്നെ, മറ്റൊരു പ്രധാന കാര്യം, നാളെ പഞ്ചായത്തിലെ മികച്ച കർഷകരെ ആദരിക്കുന്ന കാര്യം പ്രസിഡണ്ട് പറഞ്ഞിട്ടില്ലേ..."

"പറഞ്ഞിരുന്നു, മാഷെ..." വിജേഷ് പറഞ്ഞു.

"അപ്പോ കൃത്യസമയത്തുതന്നെ എത്തിക്കോ. നാട്ടുകാർ തരുന്ന ഒരംഗീകാരമല്ലേ..." മാധവൻ മാഷുടെ വർത്തമാനം കേട്ട് വിജേഷും സൗമ്യയും സുരേഷും ചിരിച്ചു.

"അപ്പോൾ നമുക്ക് നാളെ കാണാം. എന്താ?" മാഷ് ചോദിച്ചു.

"ശരി മാഷേ." വിജേഷ് പറഞ്ഞു.

പിറ്റേദിവസം കൃത്യസമയത്തുതന്നെ മാധവൻ മാഷും വിജേഷും സൗമ്യയും മറ്റു കർഷകരും ആദരിക്കൽ ചടങ്ങിനെത്തി. കർഷകരെല്ലാവരും വളരെ സന്തോഷത്തിലാണ്. ഹാളിനുള്ളിൽ കടന്നപാടെ എല്ലാവരും മുൻനിരയിൽ സ്ഥാനം പിടിച്ചു. യോഗ നടപടികൾ ആരംഭിച്ചു.

"നമ്മുടെ പഞ്ചായത്തിലെ ഈ വർഷത്തെ ഏറ്റവും മികച്ച നെൽകൃഷിക്കാരനായി ശ്രീ മാധവൻ മാഷെയും ഏറ്റവും നല്ല നാളികേര കർഷകനായി ശ്രീ രാമകൃഷ്ണനേയും ഏറ്റവും നല്ല കന്നുകാലി കർഷകനായി ശ്രീ വിജേഷിനേയും തിരഞ്ഞെടുത്ത വിവരം സന്തോഷത്തോടുകൂടി അറിയിക്കുകയാണ്. നമ്മുടെ പ്രിയപ്പെട്ട കർഷകരെ പൊന്നാടയണിയിച്ച് ആദരിക്കുന്നതിന് നമ്മുടെ ബഹുമാനപ്പെട്ട പഞ്ചായത്ത് പ്രസിഡണ്ട് ശ്രീ. ദിവാകരനെ ആദരപൂർവം

ക്ഷണിച്ചുകൊള്ളുന്നു.” അദ്ധ്യക്ഷൻ ബാലൻനായർ പ്രസിഡണ്ടിനെ ക്ഷണിച്ചുകൊണ്ടുപറഞ്ഞു.

സദസ്സിൽ നിന്ന് നിർത്താതെയുള്ള കരഘോഷം മുഴങ്ങി. പഞ്ചായത്ത് പ്രസിഡണ്ട് ദിവാകരൻ പതുക്കെ എഴുന്നേറ്റ് പ്രസംഗപീഠത്തിനരികിൽ വന്നുനിന്നു സദസ്സിനെ നോക്കി തൊഴുതുകൊണ്ടു പറഞ്ഞു:

“പ്രിയപ്പെട്ട നാട്ടുകാരെ,

ഇന്ത്യ ഒരു കാർഷിക രാജ്യമാണ്. നമ്മുടെ ഗ്രാമങ്ങളിൽ ഭൂരിപക്ഷം പേരും ഇപ്പോഴും കൃഷിയെ ആശ്രയിച്ച് കഴിയുന്നവരാണ്. നമ്മുടെ പ്രധാന ആഹാരം അരിയാണെന്ന കാര്യം ഞാനിവിടെ പ്രത്യേകം എടുത്തു പറയേണ്ടതില്ല. മനുഷ്യന്റെ അടിസ്ഥാന ആവശ്യമായ നെല്ലുല്പാദനത്തിന്റെ കാര്യത്തിൽ കഴിഞ്ഞ കുറച്ചു വർഷങ്ങളായി മറ്റ് സംസ്ഥാനങ്ങളെ അപേക്ഷിച്ച് നാം വളരെ പിന്നിലാണ്. അതുപോലെ തന്നെ പാലുല്പാദനത്തിന്റെ കാര്യത്തിലും. നമുക്കാവശ്യമുള്ള നെല്ലും പാലും പച്ചക്കറികളും പഴവർഗ്ഗങ്ങളും നമ്മുടെ മണ്ണിൽ തന്നെ ഉല്പാദിപ്പിക്കണം. കൃഷിയാണ് സംസ്കാരം. അഗ്രികൾച്ചറിൽ നിന്നാണ് നമ്മുടെ കൾച്ചർ രൂപപ്പെട്ടുവന്നിട്ടുള്ളത്. കൃഷിയാണ് സംസ്കാരമെന്ന് അതിൽനിന്ന് നമുക്ക് മനസ്സിലാക്കാം. ലോകത്തിലേറ്റവും സംസ്കാര സമ്പന്നനായ മനുഷ്യൻ, ഉന്നതനായ മനുഷ്യൻ കൃഷിക്കാരനാണെന്ന തിരിച്ചറിവ് നമുക്കുണ്ടാവണം. ഇവിടെ ആദരിക്കപ്പെടുന്ന ശ്രീ. മാധവൻ മാഷ് അധ്യാപകനായിരിക്കുമ്പോൾ തന്നെ ഒരു മികച്ച നെൽകൃഷിക്കാരൻ കൂടിയായിരുന്നു. അദ്ദേഹം അധ്യാപകജോലിയിൽനിന്ന് വിരമിച്ചതിനുശേഷം മുഴുവൻ സമയവും കൃഷിക്ക് വേണ്ടി മാറ്റിവെക്കുകയാണ് ചെയ്തത്. അതുപോലെതന്നെ നാളികേര കർഷകനായ ശ്രീ. രാമകൃഷ്ണൻ മുഴുവൻ സമയവും കാർഷികവൃത്തിയിൽ ഏർപ്പെട്ടു ജീവിക്കുന്ന മനുഷ്യനാണ്. അടുത്തത്, ക്ഷീര കർഷകനായ ശ്രീ. വിജേഷാണ്. കഴിഞ്ഞ കുറച്ചുവർഷക്കാലം അദ്ദേഹം വിദേശത്ത് തൊഴിൽ തേടിപ്പോയെങ്കിലും തിരിച്ചുവന്നതിനുശേഷം വളരെ അഭിമാനത്തോടെ, ഊർജ്ജസ്വലതയോടെ കൃഷിയിലേക്കു തന്നെ തിരിച്ചുവന്നുവെന്നത് നമ്മേ സംബന്ധിച്ചിടത്തോളം വളരെയധികം സന്തോഷകരവും ആവേശകരവും അഭിമാനകരവുമായ ഒരു കാര്യമാണ്. നമ്മുടെ പഞ്ചായത്തിലെ ഏറ്റവും ഉന്നതരായ ഈ കർഷക

രത്നങ്ങളെ ആദരിക്കുവാൻ ഇങ്ങനെയൊരവസരം ലഭിച്ചതിൽ ഞാൻ വളരെയധികം സന്തോഷവാനാണ്. അന്നദാതാക്കളായ ഈ മൂന്നു കർഷകർക്കും എല്ലാവിധ ആശംസകളും നേർന്നുകൊള്ളുന്നു...”

സദസ്സിൽ നിന്ന് നിർത്താതെയുള്ള കൈയടി ശബ്ദം മുഴങ്ങി.

ടിപ്പർലോറി മണ്ണുമായി തിരിച്ചുപോകുന്നു

മാധവൻ മാഷ് തോർത്തുമുണ്ടെടുത്ത് ചുമലിലിട്ട് കവുങ്ങിൻ തോട്ടത്തിലൂടെ കുളക്കരയിലേക്ക് നടന്നു. അപ്പോൾ ഒരു അണ്ണാർക്കണ്ണൻ ഒരു മാങ്ങാക്കൊരട്ട കടിച്ചുപിടിച്ച് മുന്നിലൂടെ കുളപ്പുരയുടെ മൂലോടിനുള്ളിലേക്ക് തുള്ളിതുള്ളിപ്പോയി. ഇപ്പോൾ വളരെ അപൂർവമായേ അണ്ണാർക്കണ്ണനെ കാണാറുള്ളൂ. നാടുമുഴുവൻ മൊബൈൽഫോൺ ടവറുകൾ വന്നതോടെ ടവറിൽനിന്നുള്ള റേഡിയേഷൻ കൊണ്ട് അണ്ണാർക്കണ്ണന്മാരൊക്കെ മരിച്ചുപോവുന്നതായി ആളുകൾ പറഞ്ഞുകേൾക്കുന്നുണ്ട്. ഇതിൽ എത്രമാത്രം സത്യമുണ്ടെന്നറിയില്ലെങ്കിലും അണ്ണാർക്കണ്ണന്മാരെ നാട്ടിൽ വളരെ അപൂർവമായേ കാണാറുള്ളൂ എന്നത് സത്യമാണ്.

മാധവൻ മാഷ് വളരെ കൗതുകത്തോടെ അതിനെ നോക്കിനിന്നു. പിന്നീട്, പതുക്കെ കുളപ്പടവിലേക്കിറങ്ങി.

വയസ്സ് അറുപത്തിയഞ്ച് ആയെങ്കിലും മാഷ് ഇപ്പോഴും കുളത്തിൽ നിന്നേ കുളിക്കുക പതിവുള്ളൂ. അതും വെറും മുങ്ങിക്കുളിയല്ല. അഞ്ചോ ആറോ തവണ ഇക്കരയിൽ നിന്നക്കരയിലേക്കും അക്കരയിൽ നിന്നിക്കരയിലേക്കും നീന്തി തുഴഞ്ഞുവരും. പിന്നെ അല്പസമയം ജലത്തിനുമീതെ മലർന്നുകിടക്കും. അതെ, ജലശയനം തന്നെ. അതുകഴിഞ്ഞാൽ മാഷ് കുളിച്ചുകയറും. ദിവസവും കുളത്തിൽചെന്ന് നീന്തിക്കുളിക്കുന്ന ഒരാൾക്ക് മറ്റു വ്യായാമങ്ങളൊന്നും ആവശ്യമില്ല എന്ന പക്ഷക്കാരനാണ് മാധവൻ മാഷ്.

മാധവൻ മാഷ് കുളിച്ചുവരുമ്പോഴേയ്ക്കും മീനാക്ഷിയമ്മ ചായയും ആവിപാറുന്ന പുട്ടും കടലക്കറിയും മേശപ്പുറത്ത് കൊണ്ടുവെയ്ക്കും. അതാണ് പതിവ്. ഇന്നും അതിന് ഒരു മാറ്റവുമില്ല. രാവിലത്തെ ഭക്ഷണം വളരെ കൃത്യമായി കഴിക്കണമെന്ന് മാഷ്ക്ക് നിർബന്ധമുണ്ട്. ഭക്ഷണം കഴിക്കുന്ന സമയത്ത് മറ്റു കാര്യങ്ങളൊന്നും

ആലോചിക്കാറില്ല. പതുക്കെ, ഭക്ഷണം ചവച്ചരച്ച് കഴിക്കുന്ന ശീലം വളരെ ചെറുപ്പത്തിലെ ഉള്ളതാണ്. ഇന്നും അതു തെറ്റിച്ചിട്ടില്ല.

മാധവൻ മാഷ് ചായ കഴിച്ച് പുറത്തെ വരാന്തയിൽ വന്നിരിക്കുമ്പോൾ വീടിനു മുൻവശത്തെ വയലിനു കുറുകെ പുതുതായി നിർമ്മിച്ച റോഡിലൂടെ ഒരു ജെസിബിയും രണ്ട് ടിപ്പർ ലോറികളും പാഞ്ഞുപോകുന്നതു കണ്ടു. അത് വളരെ ദൂരെ എവിടേക്കോ ഓടിപ്പോകുന്നതായിരിക്കുമെന്നാണ് കരുതിയത്.

അല്പസമയം കഴിഞ്ഞപ്പോൾ വളരെയടുത്തെവിടെ നിന്നോ ജെസിബി കുന്നിടിച്ച് മണ്ണുമാന്തുന്ന ശബ്ദവും ഹോൺമുഴക്കി ടിപ്പർലോറികൾ അങ്ങോട്ടുമിങ്ങോട്ടും പായുന്ന ശബ്ദവും കേൾക്കുന്നുണ്ടായിരുന്നു.

മാധവൻ മാഷ് അകത്തുചെന്ന് പത്രമെടുത്ത് വായിക്കുകയായിരുന്നു. അപ്പോൾ പുറത്തുനിന്നാരോ മാഷെ വിളിക്കുന്നതു കേട്ടു.

കവുങ്ങിൻ തോട്ടത്തിലൂടെ സഹദേവൻ ഓടിക്കിതച്ച് വരുന്നത് കണ്ട് മാധവൻ മാഷ് വരാന്തയിലേക്കിറങ്ങി.

"മാഷെ, മാധവൻ മാഷെ." സഹദേവൻ ഉറക്കെ വിളിച്ചു.

"എന്താ സഹദേവാ..." മാഷ് ഉത്കണ്ഠയോടെ സഹദേവനോട് കാര്യമന്വേഷിച്ചു.

"നമ്മുടെ തുറയില് പുതുതായി നിർമ്മിച്ച റോഡിനിടതുവശത്തെ വയലിൽ മണ്ണിടുവാനുള്ള നീക്കമുണ്ട്. മണ്ണുമായി വന്ന ടിപ്പർലോറിയെ ഞങ്ങൾ തടഞ്ഞു." സഹദേവൻ പറഞ്ഞു.

"എന്നിട്ട് അവർ പോയോ?"

"ഇല്ല. അവരവിടെ തന്നെയുണ്ട്."

"ഞാനിതാ വരുന്നൂ..." മാധവൻ മാഷ് അകത്തുചെന്ന് ഷർട്ടെടുത്തിട്ട് പുറത്തേക്ക് നടന്നു. "എവിടെ നിന്നാണവർ മണ്ണെടുക്കുന്നത്? കുന്നിടിക്കുന്നതും മണ്ണിട്ട് വയൽ നികത്തുന്നതും നിരോധിച്ചിട്ടുണ്ടല്ലോ..."

"അതൊക്കെ കടലാസ്സിലേ ഉള്ളൂ മാഷെ. പാവപ്പെട്ടവൻ ഒരു വീടെടുക്കാൻ മണ്ണെടുക്കുന്നതും വയൽ നികത്തുന്നതും തടയാൻ ഇവിടെ ആൾക്കാരുണ്ടാവും. എന്നാൽ, ഇവരൊക്കെ വലിയ ആൾക്കാരല്ലേ. കാണേണ്ടവരെയൊക്കെ കാണേണ്ടവിധത്തിൽ കണ്ടിട്ടുണ്ടാവും." സഹദേവൻ പറഞ്ഞു.

"പഞ്ചായത്ത് പ്രസിഡണ്ടിനോ വില്ലേജ് ഓഫീസർക്കോ വിവരം കൊടുത്തിനോ?" മാഷ് ചോദിച്ചു.

"ഇല്ല. മാഷുടെ അഭിപ്രായം അറിഞ്ഞിട്ട് ചെയ്യാമെന്ന് കരുതിയിട്ടാ. ഉം! ഇനിയിപ്പോ അവർക്ക് വിവരം കൊടുത്തിട്ടും വലിയ പ്രയോജനമുണ്ടെന്ന് തോന്നുന്നില്ല. ഒരാഴ്ച മുന്നേ പഞ്ചായത്താപ്പീസിന്റെ മൂക്കിനുതാഴെ നിന്ന് കുന്നിടിച്ച മണ്ണ് ലോറിയിൽ കയറ്റിക്കൊണ്ടുപോകുന്നത് ഞാൻ കണ്ടതാ."

"എന്നിട്ടോ?"

"എന്നിട്ടെന്തുണ്ടാവാനാ. പരാതി കിട്ടാതെ ഞങ്ങൾക്ക് ഒരു നിയമ നടപടിയും എടുക്കാനാവില്ലെന്നാ ആപ്പീസർമാര് പറയുന്നത്."

"നമുക്കെന്തെങ്കിലും ചെയ്യാൻ കഴിയോന്ന് നോക്കാം. വാ. പാടശേഖരസമിതിയിലെ ആൾക്കാർക്കൊക്കെ വിവരം കൊടുത്തിരുന്നോ?"

"മൂന്നാലാളുകളെ ഞാൻ വിളിച്ചറിയിച്ചിരുന്നു. അവരവിടെ വന്നു നിൽക്കുന്നുണ്ട്."

"ങ്ഹാ... അതുമതി. കുറച്ചാളുകളുണ്ടാവുന്നത് നല്ലതാ." മാധവൻ മാഷ് സഹദേവനെയും കൂട്ടി കവുങ്ങിൻ തോട്ടത്തിലൂടെ നടന്നു വയൽ വരമ്പിലേക്കിറങ്ങി. വയലും തോടും മുറിച്ചുകടന്നു അവർ, പുതുതായി നിർമ്മിച്ച റോഡിനരികിലെത്തുമ്പോഴേയ്ക്കും മണ്ണുമായി വന്ന ടിപ്പർ ലോറികളെ തടഞ്ഞുവെച്ച് നാട്ടുകാർ കൂട്ടം കൂടി നിൽക്കുന്നതു കണ്ടു.

മാധവൻ മാഷെ കണ്ടപ്പോൾ ആൾക്കൂട്ടത്തിനിടയിൽ നിന്നും ധനേഷ് എന്ന ചെറുപ്പക്കാരൻ പുറത്തേക്ക് വന്ന് മാധവൻ മാഷെ നോക്കി. നീല സ്റ്റോൺവാഷ് ഷർട്ടും ഖദർമുണ്ടുമാണ് അയാളുടെ വേഷം. ഇടതുകൈയിൽ വളരെ വലിയ ഒരു വാച്ച്. വലതുകൈയിൽ ഒരു സ്വർണ്ണച്ചെയിൻ. നല്ല തടിച്ചുകൊഴുത്തശരീരം. കത്രിച്ചൊതുക്കിയ കട്ടിയുള്ള മീശ അയാളുടെ മുഖത്തിന് നല്ല ഗൗരവം നൽകുന്നുണ്ട്.

"നിങ്ങളാണോ ഈ പാടശേഖരസമിതിയുടെ പ്രസിഡണ്ട്, മാധവൻ മാഷ്." ധനേഷ് ചോദിച്ചു.

"അതെ. ഞാൻ തന്നെയാണ് മാധവൻ മാഷ്. ഈ പാടശേഖര സമിതിയുടെ പ്രസിഡണ്ട്." മാധവൻ മാഷ് പറഞ്ഞു.

"എന്തു തോന്ന്യാസമാണ് മാഷെ നിങ്ങളുടെ നാട്ടുകാർ കാ

ണിച്ചിരിക്കുന്നത്?"

"ഉം...? എന്റെ നാട്ടുകാർ എന്തു തോന്ന്യാസം കാണിച്ചുവെന്നാണ് നിങ്ങൾ പറയുന്നത്?" ഉള്ളിൽ ഇരമ്പിവന്ന ദേഷ്യത്തെ അടക്കിനിർത്തി വളരെ സംയമനത്തോടുകൂടി മാഷ് ചോദിച്ചു.

"ഈ റോഡിനിടതുവശത്തുള്ള മൂന്നു ഏക്കർഭൂമി ഞാൻ മോഹവില കൊടുത്തു വാങ്ങിച്ചതാണ്." ധനേഷ് പറഞ്ഞു.

"എന്തിന്?" മാധവൻ മാഷ് കൗതുകത്തോടെചോദിച്ചു.

"ഒരു റിസോർട്ട് പണിയാൻ?"

അതു കേട്ടപ്പോൾ മാധവൻ മാഷ് അറിയാതെ ഊറിച്ചിരിച്ചുപോയി. "റിസോർട്ട് പണിയാനോ? ഈ പുഞ്ചക്കണ്ടത്തിലോ?" മാഷ് പരിഹാസം കലർന്ന ശബ്ദത്തിൽ ചോദിച്ചു.

വയലിൽ റിസോർട്ട് പണിയാൻ എന്നു പറഞ്ഞത് അബദ്ധമായോ എന്നൊരു തോന്നൽ ധനേഷിനുണ്ടായി. അയാൾ വിഷയം മാറ്റാൻ മറ്റൊരു ഉപായം കണ്ടെത്തി. "അല്ല, അല്ല... എനിക്ക് കൃഷി ചെയ്യാൻ." അയാൾ വിഷയം മാറ്റാൻ ശ്രമിച്ചുകൊണ്ട് പറഞ്ഞു.

"കൃഷിചെയ്യാനോ? കൃഷിചെയ്യാൻ മണ്ണിട്ട് വയൽ നികത്തേണ്ട കാര്യമില്ലല്ലോ. ഇപ്പോഴുള്ളതുപോലെ അങ്ങ് കൃഷി ചെയ്താൽ മതിയല്ലോ?"

"അതല്ലാ. എനിക്ക് തെങ്ങ് കൃഷി ചെയ്യാൻ."

"തെങ്ങ് കൃഷിയോ. വയലിലോ?" ഊറിവന്ന ചിരിയടക്കാൻ കഴിയാതെ മാധവൻ മാഷ് ചോദിച്ചു: "എന്തസംബന്ധമാണ് നിങ്ങൾ പറയുന്നത്. ആദ്യം പറഞ്ഞു; റിസോർട്ട് പണിയാനെന്ന്. പിന്നെ പറയുന്നു തെങ്ങുവെക്കാനെന്ന്. നിങ്ങൾ പറഞ്ഞ രണ്ടു കാര്യങ്ങളും ചെയ്യാൻ പറ്റിയ സ്ഥലമല്ല ഈ വയൽ. ഇത് എത്രയോ നൂറ്റാണ്ടുകളായി നെൽകൃഷി ചെയ്യുന്ന വയലാണ്. ഇവിടെ നെൽകൃഷിയൊഴികെ മറ്റൊന്നും ചെയ്യാൻ കഴിയില്ല. ഞങ്ങളതനുവദിക്കുകയുമില്ല." മാധവൻ മാഷ് തറപ്പിച്ച് പറഞ്ഞു.

ധനേഷ് ഒരുനിമിഷം നിശ്ശബ്ദനായി.

മാധവൻ മാഷ് നിശ്ചയദാർഢ്യത്തോടെ മുന്നിൽ നിൽക്കുകയാണ്. തീരുമാനത്തിൽ ഒരു വിട്ടുവീഴ്ചയ്ക്കും തയ്യാറാവുന്ന പ്രകൃതമല്ലെന്ന് തോന്നുന്നു. എങ്ങനെയെങ്കിലും മാഷെ സമാധാനിപ്പിച്ച് കാര്യം നേടുന്നതാണ് യുക്തി. പക്ഷേ, മുഖലക്ഷണം നോക്കുമ്പോൾ അത്ര പെട്ടെന്നൊന്നും വഴങ്ങുന്ന കൂട്ടത്തിലല്ല എന്നാണ്

തോന്നുന്നത്. എങ്കിലും ഒന്നു ശ്രമിച്ചു നോക്കാമെന്ന് തീരുമാനിച്ചുകൊണ്ട് ധനേഷ് ചോദിച്ചു: "തെങ്ങുകൃഷിയും കൃഷിയല്ലേ?"

ചോദ്യം വായിൽനിന്ന് തെറിച്ചു വീഴുന്നതിനുമുന്നേ മാധവൻ മാഷുടെ മറുപടി വന്നു.

"തെങ്ങുകൃഷിയും കൃഷി തന്നെ. പക്ഷേ, അതിനു പറ്റിയ സ്ഥലമല്ല ഇതെന്നാണ് ഞാൻ പറഞ്ഞതിന്റെ അർത്ഥം."

എടുത്ത തീരുമാനത്തിൽനിന്നും ഒട്ടും പിന്തിരിയുന്ന കൂട്ടത്തിലല്ല മാധവൻ മാഷെന്ന് ആ ഒറ്റവാക്കിൽ നിന്ന് ധനേഷിന് മനസ്സിലായി. പക്ഷേ, പുതിയ ഏതു കാര്യം വരുമ്പോഴും നാട്ടിൽ പലവിധ എതിർപ്പുകളുണ്ടാവുക സാധാരണമാണ്. പിന്നെ, എല്ലാവരും യഥാർത്ഥ വസ്തുത മനസ്സിലാക്കുകയും പൊരുത്തപ്പെടുകയും ചെയ്യും. ഈ യാഥാർത്ഥ്യം മനസ്സിൽ വെച്ചുകൊണ്ട് ഒട്ടും വിട്ടുവീഴ്ചയ്ക്കില്ലെന്ന മനോഭാവത്തോടെ ധനേഷ് മാധവൻ മാഷെ നോക്കി പറഞ്ഞു: "മാഷെ, ഈ വയൽ ഇപ്പോൾ എന്റേതാണ്. ഇവിടെ എന്തു കൃഷി ചെയ്യണമെന്ന് ഞാനാണ് തീരുമാനിക്കേണ്ടത്; നിങ്ങളല്ല."

അതുകേട്ടപ്പോൾ മാധവൻ മാഷുടെ ഉള്ളിൽ കോപം ഇരട്ടിച്ചുവെങ്കിലും മാഷ് വളരെ സംയമനം പാലിച്ചുകൊണ്ട് പറഞ്ഞു: "നിങ്ങൾ ആദ്യം പറഞ്ഞ കാര്യം ഞങ്ങൾ സമ്മതിക്കാം; ഈ വയൽ നിങ്ങളുടേതാണെന്ന്. എന്നാൽ ഇവിടെ എന്തു കൃഷി ചെയ്യണമെന്ന് നിങ്ങൾ മാത്രം അങ്ങ് തീരുമാനിക്കേണ്ടുന്ന കാര്യമാണെന്ന് ഞാനോ ഈ കൂടി നിൽക്കുന്നവരോ കരുതുന്നില്ല."

"ഞാനും ഈ രാജ്യത്തെ ഒരു പൗരനാണ്. ഇവിടെ ഭൂമി വാങ്ങാനും വിൽക്കാനുമുള്ള അവകാശം എനിക്കുമുണ്ട്." ധനേഷ് പറഞ്ഞു.

"നിങ്ങൾ ഇപ്പോൾ പറഞ്ഞ കാര്യമൊന്നും ഞങ്ങൾ നിഷേധിക്കുന്നില്ല. ഒരു പൗരനെന്ന നിലയിൽ നിങ്ങൾക്ക് ഭൂമി വാങ്ങുവാനും വില്ക്കുവാനുമുള്ള സ്വാതന്ത്ര്യമുണ്ട്. എന്നാൽ ആ സ്വാതന്ത്ര്യം നിലനിൽക്കുന്ന ഒരു സാമൂഹ്യവ്യവസ്ഥയെ അപ്പാടെ തകിടം മറിച്ചുകൊണ്ട് ആവരുതെന്നേ ഞാൻ പറയുന്നുള്ളൂ." മാധവൻ മാഷ് പറഞ്ഞു.

"മാഷെ, നിങ്ങളുടെ ഈ സാഹിത്യം പറച്ചിലൊന്നും കേട്ടു നിൽക്കാൻ ഞങ്ങൾക്ക് നേരമില്ല. പതിനായിരക്കണക്കിന് രൂപ വി

ല നിശ്ചയിച്ചാണ് ഞങ്ങൾ ടിപ്പർലോറികളും ജെസിബിയും വാടകയ്ക്കെടുത്ത് ഇവിടെ മണ്ണിടാൻ ഏർപ്പാടാക്കിയിട്ടുള്ളത്. അതിന് മാഷ് തടസ്സം നിൽക്കാതെ നാട്ടുകാരെ വിളിച്ച് പിരിഞ്ഞുപോകണമെന്നാണ് എനിക്കു പറയാനുള്ളത്."

"ഞങ്ങൾ പിരിഞ്ഞു പോകുന്ന കാര്യം അവിടെ നിൽക്കട്ടെ. അതിനു മുൻപ് ക്ഷമാപൂർവം ഞങ്ങൾ പറയുന്ന കാര്യങ്ങൾ നിങ്ങൾ കേൾക്കണമെന്നാണ് ഞങ്ങൾക്ക് പറയാനുള്ളത്."

ധനേഷും മാധവൻ മാഷും തമ്മിൽ കുറേനേരമായി ഇങ്ങനെ ഓരോരോ വർത്തമാനങ്ങൾ പറഞ്ഞു വെറുതെ സമയം കളയുകയാണെന്ന് തോന്നിയപ്പോൾ ടിപ്പർലോറിയിലെ ഡ്രൈവർക്ക് ദേഷ്യം വന്നു. അയാൾ ലോറിയിൽനിന്നും തല പുറത്തേക്കിട്ട് മാഷെ നോക്കി ചോദിച്ചു: "മാഷെക്കെന്താണപ്പാ ഇത്രയെല്ലാം പറയാനുള്ളത്. ആദ്യമായിട്ടാണോ ഈ പഞ്ചായത്തില് ആരെങ്കിലും വയലില് മണ്ണിടുന്നത്. പെരുവയൽ മുഴുവൻ മണ്ണിട്ടുനികത്തി ഈ നാട്ടുകാർ വീടുവെച്ചില്ലേ? പടന്ന വയൽ മുഴുവൻ ഈ നാട്ടുകാര് മണ്ണിട്ടു നികത്തിയില്ലേ? അപ്പോഴൊന്നും ഈ പ്രകൃതിസ്നേഹികളേയും വയൽ സംരക്ഷണക്കാരേയും കണ്ടിട്ടില്ലല്ലോ."

അതുവരെ എല്ലാം കേട്ടുനിന്ന ഒരു കൃഷിക്കാരൻ ഡ്രൈവറുടെ നേരെ കൈചൂണ്ടി പറഞ്ഞു: "ഡ്രൈവർ ഡ്രൈവറുടെ പണിയെടുത്താൽ മതി. വേണ്ടാത്ത വർത്തമാനമൊന്നും പറയേണ്ട."

"പണ്ടൊരാൾ കുണ്ടിൽ ചാടിയെന്ന് വിചാരിച്ച് പിന്നീടുള്ളവർ കുളത്തിൽ ചാടേണ്ട കാര്യമൊന്നുമില്ലല്ലോ?" സഹദേവൻ ഡ്രൈവറോട് ചോദിച്ചു.

"അങ്ങനെ പറഞ്ഞുകൊടുക്ക് സഹദേവാ." ആൾക്കൂട്ടത്തിൽ നിന്നൊരാൾ പറഞ്ഞു.

"പറഞ്ഞാൽ തിരിയാത്തവർക്ക് കൊണ്ടാലേ തിരിയൂ എന്നൊരു ചൊല്ലുണ്ട്." മറ്റൊരാൾ പറഞ്ഞു.

ജനം ഇളകാൻ തുടങ്ങിയെന്നു തോന്നിയപ്പോൾ മാധവൻ മാഷ് എല്ലാവരേയും തടഞ്ഞുകൊണ്ട് പറഞ്ഞു: "ങാ... നിങ്ങൾ വർത്തമാനത്തിനൊന്നും നിൽക്കണ്ട."

ഡ്രൈവർ തല പുറത്തേക്കിട്ട് ചുറ്റും കൂടി നിൽക്കുന്ന കൃഷിക്കാരെ നോക്കി അല്പം പരിഹാസത്തോടെ പറഞ്ഞു: "നിങ്ങളോട് ഞാൻ വർത്തമാനത്തിനില്ല. മാഷെക്കെന്താണ് പറയാനുള്ള

തെന്നു വെച്ചാൽ മാഷ് പറയട്ട്."

"എന്നാൽ മാഷ് പറ. ഞങ്ങൾ കേൾക്കാം." ധനേഷ് മാധവൻ മാഷെ നോക്കി പറഞ്ഞു.

"ധനേഷേ, വിശാലമായ ഈ വയലും അതിനു നടുവിലൂടെ ഒഴുകുന്ന ഈ തോടും കാണുമ്പോൾ നിങ്ങൾക്ക് വളരെ നിസ്സാരമായി തോന്നാം. എന്നാൽ ഇതിന്റെ ചരിത്രവും പ്രാധാന്യവുമറിഞ്ഞാൽ നിങ്ങളിതിനുമുന്നിൽ നമസ്കരിക്കുമെന്നെനിക്കറിയാം." മാധവൻ മാഷ് പറഞ്ഞു.

"എന്താപ്പാ ഈ വയലിനും തോടിനും ഇത്രയേറെ വിശേഷം? എന്നാൽ ഞങ്ങളും കേൾക്കട്ടെ. അല്ലേ ധനേഷേട്ടാ..." ഡ്രൈവർ നേർത്ത പരിഹാസത്തോടെ പറഞ്ഞു.

മാധവൻ മാഷ് ധനേഷിനെയും ഡ്രൈവറേയും മാറി മാറി നോക്കി.

"പുഞ്ചയ്ക്കും വിരിപ്പിനും പതിനായിരക്കണക്കിന് പറ നെല്ല് വിളയുന്ന മണ്ണാണിത്. ഒരു കാലത്ത് ഈ ഗ്രാമത്തിലെ മുഴുവൻ കുടുംബങ്ങളേയും ഊട്ടി വളർത്തിയത് ഈ വയലിൽ വിരിഞ്ഞ സ്വർണ്ണക്കതിരുകളായിരുന്നു. ഇന്നും, കാലവും നേരവും നോക്കി കൃഷിചെയ്താൽ ഈ പ്രദേശത്തെ മുഴുവൻ മനുഷ്യർക്കും കഴിക്കേണ്ട അന്നത്തിനുള്ള വക ഈ വയലിൽനിന്ന് നമുക്ക് ലഭിക്കും."

"കൊള്ളാം കൊള്ളാം. വയലിന്റെ കഥ കേൾക്കാൻ നല്ല രസമുണ്ട്." ഡ്രൈവർ കഥകേട്ട് രസിച്ചുകൊണ്ട് ലോറിയിൽനിന്നും പുറത്തേക്കിറങ്ങി.

മാധവൻ മാഷ് അതൊന്നും ശ്രദ്ധിക്കാതെ നേരത്തെ പറഞ്ഞതിന്റെ തുടർച്ചയായി പറഞ്ഞു: "ഈ വയലിനെ പകുത്തുപോകുന്ന ഈ തോട്! കേരളത്തിലെ നാല്പത്തിനാല് നദികളിലൊന്നിന്റെ ഉത്ഭവമാണീ തോട്. ചെറിയ വനത്തിൽ നിന്നൊഴുകുന്ന ഒരു നീർച്ചാല് വളർന്നു തോടായി പിന്നെ പുഴയായി അറബിക്കടലിൽ പതിക്കുന്നു."

അതുകേട്ടപ്പോൾ സംഗതി കൊള്ളാമല്ലോ എന്ന് ധനേഷിന് തോന്നി. 'അപ്പോൾ ഇവിടെ ഒരു റിസോർട്ട് പണിയുകയാണെങ്കിൽ അതിന്റെ പരസ്യത്തിൽ ചേർക്കാൻ ചരിത്രപ്രധാനമായ പല സംഗതികളും ഇവിടെയുണ്ടെന്നർത്ഥം.' അയാൾ തന്നോടുതന്നെ പറഞ്ഞു. പിന്നീട്, അതോർത്ത് അയാൾ നിഗൂഢമായി രസിച്ചു:

"പതിനായിരം പറ നെല്ല് വിളയുന്ന മണ്ണിൽ, സ്വർണ്ണക്കതിരുകൾ കാറ്റിലാടുന്ന വയലിൽ, കേരളത്തിലെ എണ്ണം പറഞ്ഞ നാല്പത്തിനാല് നദികളിലൊന്നിന്റെ ഉത്ഭവസ്ഥാനത്ത് ദേശാടനപ്പക്ഷികൾക്ക് രാപാർക്കുവാൻ ഒരു കൂട്!" അയാൾ ചുറ്റും നോക്കി രസിച്ചുകൊണ്ട് സ്വയം പറഞ്ഞു:

"എത്ര മനോഹരമായ സ്ഥലം. അത്ഭുതം... അത്ഭുതം തന്നെ."

"ധനേഷേ, കുറേ കള്ളപ്പണം കൈയിലുണ്ടെന്ന് വെച്ച് ഞങ്ങളുടെ ഈ വയലിൽ മണ്ണിട്ട് റിസോർട്ട് പണിയാമെന്ന മോഹം വേണ്ട." സഹദേവൻ പറഞ്ഞു.

സഹദേവനെയും മാധവൻ മാഷെയും എങ്ങനെയെങ്കിലും പ്രലോഭിപ്പിച്ച് തന്റെ പാട്ടിലാക്കുന്നതാണ് ബുദ്ധിയെന്ന് ധനേഷിന് തോന്നി. അയാൾ സഹദേവനെ വിളിച്ച് ആൾക്കൂട്ടത്തിൽ നിന്നല്പം മാറിനിന്ന് സ്വകാര്യമായി പറഞ്ഞു: "സഹദേവനും മാധവൻ മാഷ്ക്കും എന്താ വേണ്ടതെങ്കില് പറഞ്ഞോ. നിങ്ങളീ കാര്യത്തിൽ എതിര് നിൽക്കരുത്. നമുക്ക് വേണ്ടുമ്പോലെ കാണാം."

സഹദേവന് അതൊട്ടും ഇഷ്ടപ്പെട്ടില്ല.

"കണ്ടിട്ട്?" സഹദേവൻ ചോദിച്ചു.

"ഞാൻ വേണ്ടതുപോലെ ചെയ്യാം സഹദേവാ..."

"ധനേഷേ, അതുമിതും പറഞ്ഞ് ഞങ്ങളെ പ്രലോഭിപ്പിക്കാനൊന്നും നോക്കേണ്ട. ധനേഷ് ഉദ്ദേശിക്കുന്ന തരത്തിലുള്ള ആളുകളല്ല ഞങ്ങൾ."

"മാധവൻ മാഷെയും സഹദേവനെയും ഈ ധനേഷിന് മനസ്സിലായിട്ടില്ലെന്നു തോന്നുന്നു." അവർക്കരികിൽ എല്ലാം നോക്കി നിൽക്കുകയായിരുന്ന ഒരു കൃഷിക്കാരൻ പറഞ്ഞു.

"ധനേഷേട്ടൻ ഇങ്ങനെ എത്രയെത്ര ആളുകളെ കണ്ടിട്ടുണ്ട്. ആദ്യം എതിർത്തവരൊക്കെ ഇപ്പോൾ ധനേഷേട്ടന്റെ അടുത്ത ആളുകളാ. തന്നോടൊപ്പം നിൽക്കുന്നവരെയെല്ലാം ധനേഷേട്ടൻ വേണ്ടതുപോലെ പരിഗണിക്കും." ലോറി ഡ്രൈവർ കൃഷിക്കാരന്റെ അഭിപ്രായത്തോട് പ്രതികരിച്ചു.

ധനേഷ് കുറച്ചുകൂടി, മാധവൻ മാഷുടെ അടുത്തേക്ക് നീങ്ങി നിന്നു.

"മാഷെ, നിങ്ങൾ വെറുതെ അതുമിതും പറഞ്ഞ് സമയം കളയല്ല. സമയത്തിന്റെ വില മാഷക്ക് ഞാൻ പറഞ്ഞ് തരേണ്ട ആവശ്യ

മില്ലല്ലോ. ഈ വയലിൽ മണ്ണിട്ടുനികത്തി ഇവിടെയൊരു റിസോർട്ടു പണിയുകയാണെങ്കിൽ ഈ പ്രദേശത്തിന്റെ മുഖച്ഛായ തന്നെ മാറും. നമ്മുടെ നാട്ടിലെ യുവാക്കൾക്ക് വിദേശ രാജ്യങ്ങളിൽ പോകാൻ അവസരമുണ്ടാകും. അവർക്ക് നല്ല തൊഴിൽ സാധ്യതകളുണ്ടാവും. വിദേശ പണം നമ്മുടെ നാട്ടിലേക്കൊഴുകി വരും. ടൂറിസത്തിന്റെ അനന്ത സാധ്യതകൾ മുന്നിൽ കണ്ടുകൊണ്ട് നമ്മുടെ നാടിന്റെ അഭിവൃദ്ധിക്ക് വേണ്ടിയാണ് ഞങ്ങൾ കഠിനമായി യത്നിക്കുന്നത്. അതിനിടയിൽ അന്നത്തിന്റെയും ഉന്നത്തിന്റെയും കാര്യം പറഞ്ഞ് മാഷ് തടസ്സം സൃഷ്ടിക്കരുത്." ധനേഷ് പറഞ്ഞു.

"സ്വന്തം മണ്ണ് നഷ്ടപ്പെടുത്തിയിട്ടുള്ള പണം ഞങ്ങൾക്ക് വേണ്ടെങ്കിലോ?" മാധവൻ മാഷ് ചോദിച്ചു.

"വേണ്ടെങ്കിൽ വേണ്ട. നാട് നന്നാവുന്ന നല്ലൊരു കാര്യം ചെയ്യാമെന്നുവെച്ചാൽ അതു സമ്മതിക്കില്ലെങ്കിൽ വേണ്ട. അല്ലേ, ധനേഷേട്ടാ..." ഡ്രൈവർ പറഞ്ഞു.

"അതെ. മാധവൻ മാഷ്ക്കും സഹദേവനും ഇതിന്റെ സാധ്യതകൾ മനസ്സിലാവാഞ്ഞിട്ടാണ്."

"എനിക്കും മാധവൻ മാഷക്കും എന്തു മനസ്സിലാവുന്നില്ലെന്നാണ് ധനേഷേ നീയീ പറയുന്നത്? അന്നം വിളയുന്ന വയൽ മണ്ണിട്ടു മൂടി റിസോർട്ട് പണിയാൻ ഞങ്ങൾ സ്വാഗത ഗാനം പാടണമെന്നോ? റിസോർട്ട് പണിയാൻ ആഗ്രഹമുള്ളവർ അതിനുപറ്റിയ സ്ഥലം മറ്റെവിടെയെങ്കിലും ചെന്നു കണ്ടെത്തണം. ഈ വയലിൽ മണ്ണിടാൻ ഞങ്ങൾ സമ്മതിക്കില്ല.

"ഇത്രയും നേരം ഞാൻ വളരെ സൗഹാർദ്ദത്തോടുകൂടിയാണ് സംസാരിച്ചത്. എന്നിട്ടും നിങ്ങൾക്ക് മനസ്സിലാവുന്നില്ലെങ്കിൽ എനിക്കെന്റെ വഴി നോക്കേണ്ടി വരും." ധനേഷ് സഹദേവനോട് തറപ്പിച്ചു പറഞ്ഞു.

"അതാ നല്ലത്." സഹദേവൻ പറഞ്ഞു.

"ധനേഷേ നിങ്ങളെപ്പോലുള്ള ചെറുപ്പക്കാര് കുറേക്കൂടി യാഥാർത്ഥ്യബോധത്തോടുകൂടി കാര്യങ്ങളെ കാണണം എന്നാണ് എനിക്ക് പറയാനുള്ളത്. " മാധവൻ മാഷ് ഉപദേശ രൂപേണ പറഞ്ഞു.

"കാര്യങ്ങളെ ശരിയായ രീതിയിൽ കാണാൻ വിസമ്മതിക്കുന്നത് മാധവൻ മാഷും ഈ സഹദേവനുമാണ്. ഈ വയൽ ഞാൻ മോഹവിലകൊടുത്തു വാങ്ങിയതാണ്. ഈ ഭൂമി എന്തുചെയ്യണ

മെന്ന് തീരുമാനിക്കാനുള്ള അവകാശമെനിക്കുണ്ട്."

"ധനേഷ് മോഹവിലകൊടുത്ത് ഭൂമി വാങ്ങിച്ചിട്ടുണ്ടാവുമെന്നത് ശരിയായിരിക്കാം. എന്നാൽ പരമ്പരാഗതമായി കൃഷി ചെയ്തു വരുന്ന ഈ വയലിൽ മണ്ണിട്ട് വെള്ളമൊഴുകിപ്പോകുന്നതിന് തടസ്സം സൃഷ്ടിച്ച് കെട്ടിടം പണിയാൻ ഞങ്ങൾ സമ്മതിക്കില്ല." മാധവൻ മാഷ് ഉറപ്പിച്ച് പറഞ്ഞു.

"എന്റെ സ്വന്തം ഭൂമിയിൽ എന്തുചെയ്യണമെന്ന് തീരുമാനിക്കാനുള്ള അവകാശം എനിക്കാണ്."

"ഇത് അവകാശത്തിന്റെ പ്രശ്നമല്ല. ധനേഷ് മനസ്സിലാക്കേണ്ട ഒരു കാര്യം ഈ വയലിന് വയലിന്റേതായ ഒരു നിയമമുണ്ട് എന്നതാണ്. മറ്റ് സ്വകാര്യഭൂമിപോലെ കെട്ടിത്തിരിച്ച് സ്വന്തമാക്കിനിർത്താൻ ഈ വയലിന്റെ ഉടമകൾക്ക് ഒരവകാശവുമില്ല. വയലിൽ കൃഷി ചെയ്യുവാനും വിളവെടുക്കുവാനുമുള്ള അവകാശമേ ഉടമയ്ക്കുള്ളൂ. വയൽ ഒരു പൊതു ഇടമാണ്. ഈ കാണുന്ന വയലിന് അതിരുകളും അളവുകളുമുണ്ടെങ്കിലും ആരും ഇന്നേവരെ മറ്റൊരാളുടെ അതിരുകൾ ലംഘിച്ചിട്ടില്ല; അതിക്രമിച്ചിട്ടുമില്ല. പരസ്പര ധാരണയുടെയും വിശ്വാസത്തിന്റെയും സ്നേഹത്തിന്റെയും കൂട്ടായ്മയുടെയും ഒരപൂർവ്വലോകമാണ് ഈ വയൽ! ഇവിടെ ഒരു കൃഷിക്കാരനും അന്യോന്യം പകയോ വിദ്വേഷമോ എന്റേത് മാത്രമെന്ന ചിന്തയോ ഇല്ല. സൗഹൃദത്തിന്റെ വിശാലമായ ഈ വയലിൽ നിങ്ങളെപ്പോലുള്ളവർ വിദ്വേഷത്തിന്റെ വിത്തിറക്കരുത്." മാധവൻ മാഷ് പറഞ്ഞു.

ഒരു നിമിഷം എന്തു മറുപടി പറയണമെന്നറിയാതെ ധനേഷ് മുഖം കുനിച്ചു നിന്നു. മാധവൻ മാഷ് പറയുന്നതിൽ കാര്യമുണ്ടെന്ന് മാഷുടെ സംസാരത്തിൽ നിന്നും ധനേഷിന് ബോധ്യപ്പെട്ടു.

"അപ്പോൾ ഞാൻ എന്തു വേണമെന്നാണ് മാഷ് പറയുന്നത്?" ധനേഷ് ചോദിച്ചു.

മാധവൻ മാഷ് കുനിഞ്ഞ് വയലിൽനിന്ന് ഒരു പിടിമണ്ണ് വാരിക്കൊണ്ട് പറഞ്ഞു: "ധനേഷേ, നീ ആ കൈനീട്ട്..."

ധനേഷ് മാധവൻ മാഷുടെ മുന്നിലേക്ക് കൈനീട്ടി.

മാധവൻ മാഷ് ധനേഷിന്റെ കൈകളിലേക്ക് മണ്ണ് ചൊരിഞ്ഞുകൊണ്ട് പ്രാർത്ഥനാപൂർവം പറഞ്ഞു: "പതിനായിരക്കണക്കിന് വർഷങ്ങളായി ഈ മണ്ണിൽ വിളയിച്ച അന്നം തിന്നു എത്രയോ തല

മുറകൾ കടന്നുപോയിരിക്കുന്നു. ആ മനുഷ്യവംശത്തിന്റെ ഇങ്ങേയറ്റത്തിന്റെ ഓരോ കണ്ണികളാണ് ഞാനും നീയും ഈ സഹദേവനുമെല്ലാവരും. മനുഷ്യവംശത്തിന്റെ മഹാവൃക്ഷം ഇനിയും തളിർക്കും. അതിന്റെ ഇലകളിൽ ഹരിതസ്വപ്നങ്ങൾ നിറയും. അപ്പോൾ ആ മഹാവൃക്ഷത്തിന്റെ ജീവൻ നിലനിർത്താൻ ഈ വയലിൽ അനേകായിരങ്ങൾ വിതക്കുകയും കൊയ്യുകയും ചെയ്യട്ടെ. ഈ വയൽ എന്നന്നേക്കുമായി നിലനിൽക്കട്ടെ...”

“അല്ല മാഷെ, ഈ നെൽകൃഷി ഇപ്പോൾ അത്രയെല്ലാം ആദായകരമാണോ, നഷ്ടമല്ലേ?” ധനേഷ് ചോദിച്ചു.

“ലാഭവും നഷ്ടവും നോക്കിയിട്ടാണോ ധനേഷേ നമ്മൾ എല്ലാ കാര്യവും ചെയ്യുന്നത്. ചില കാര്യത്തിൽ ലാഭമുണ്ടാവും ചില കാര്യത്തിൽ നഷ്ടമുണ്ടാവും. അതൊരു പൊതു കാര്യം. ഇനി ഈ നെൽകൃഷിയെ സംബന്ധിച്ചാണെങ്കിൽ, നെൽകൃഷി ഒരു കാലത്തും നഷ്ടമല്ല. ലാഭകരമാണെന്ന് ഞാൻ പറയുകയും ചെയ്യും.”

“ഇന്നത്തെ കാലത്ത് പണിക്കാരെ കിട്ടാനുള്ള വിഷമം... പിന്നെ കിട്ടിയാൽ തന്നെ ഉയർന്ന കൂലി... ഇതെല്ലാം വെച്ചു നോക്കുമ്പോൾ എന്തിനാ ഇങ്ങനെ ചളിയിൽ കിടന്ന് പിടയ്ക്കുന്നതെന്നാ ഞാൻ ചോദിക്കുന്നത്. നേരെ കടയിൽ പോയി ഒരു ചാക്ക് അരി വാങ്ങി വന്നാല് പിന്നെ അതിനെക്കുറിച്ചാലോചിക്കേണ്ടല്ലോ?” ധനേഷ് ചോദിച്ചു.

ധനേഷിന്റെ ചോദ്യം കേട്ട് മാധവൻ മാഷ് പൊട്ടിച്ചിരിച്ചു.

“ഇത് നല്ല തമാശ. ഇതു പണ്ട് നെയ്ത്തുകാരൻ പ്രാർത്ഥിച്ചതു പോലെയായല്ലോ. പരുത്തിയ്ക്കും നൂലിനും വില കുറയണം. തന്റെ തുണിയ്ക്ക് വില കൂടുകയും വേണമെന്ന്...”

അതുകേട്ട് ചുറ്റുംകൂടി നിൽക്കുന്നവരൊക്കെയും ചിരിച്ചു.

“ധനേഷ് പണവുമായി കടയിൽ ചെല്ലുമ്പോൾ ആരെങ്കിലും അരിയുണ്ടാക്കി അവിടെ വില്പനയ്ക്ക് വെച്ചെങ്കിലല്ലേ വാങ്ങിക്കാൻ പറ്റൂ. എല്ലാവരും ധനേഷിനെപ്പോലെ പണമുണ്ടാക്കുന്ന കാര്യം മാത്രം നോക്കി നടന്നാൽ പിന്നെ ആരാ അരിയുണ്ടാക്കുന്ന കാര്യം നോക്കുക?”

“മാധവൻ മാഷ് പറഞ്ഞതാ ശരി.” സഹദേവൻ പറഞ്ഞു: “ധനേഷ് തന്നെ ഒന്നാലോചിച്ചു നോക്കൂ. എല്ലാവരും പണി കഴിഞ്ഞ് കൈകഴുകി വീട്ടിൽ പോവുമ്പോൾ, ഒരു പിടി ചോറ് തിന്നണമെ

ങ്കിൽ അരിവേണ്ടേ? തമിഴ്നാട്ടിൽ നിന്നും ആന്ധ്രാപ്രദേശിൽ നിന്നും വരുന്ന വണ്ടിയും കാത്ത് അടുപ്പത്ത് വെള്ളവും വെച്ചിരിക്കാൻ കഴിയുമോ?"

"പറഞ്ഞുപറഞ്ഞ് നിങ്ങളെല്ലാവരും കൂടി ധനേഷേട്ടനെ ഒരു കൃഷിക്കാരനാക്കുമെന്ന് തോന്നുന്നല്ലോ." എല്ലാം കേട്ടുനിന്ന ഡ്രൈവർ ചിരിച്ചുകൊണ്ടു പറഞ്ഞു.

"കൃഷിയെന്താ അത്ര മോശാ. പണ്ടൊക്കെ പെണ്ണന്വേഷിച്ച് പോവുമ്പോൾ എത്ര പറ നെല്ല് മൂരാനുള്ള നിലമുണ്ടെന്നാ ചോദിക്കാ. അതാ കുടുംബ മഹിമ. അതു കഴിഞ്ഞേ ബാക്കിയെല്ലാമുള്ളൂ." കൃഷിക്കാരിലൊരാൾ പറഞ്ഞു.

"ഇപ്പോ പെണ്ണന്വേഷിച്ച് പോവുമ്പോളെന്താ ചോദിക്കാ. ചെക്കൻ ഡോക്ടറാണോ. സോഫ്റ്റ്വെയർ എൻജിനീയറാണോ എന്നൊക്കെയല്ലേ? ആൾക്കൂട്ടത്തിൽ നിന്ന് മറ്റൊരാൾ പറഞ്ഞു.

"കൃഷിയുടെ കാര്യം കൈവിട്ടാൽ വയറ് സോഫ്റ്റായി പോവും മോനേ ധനേഷേ..." ധനേഷിന്റെ പുറത്ത് തട്ടിക്കൊണ്ട് സഹദേവൻ പറഞ്ഞു.

"നിങ്ങളൊക്കെ പറയുന്നത് ശരിയായിരിക്കാം." ധനേഷ് പറഞ്ഞു.

"ശരിയായിരിക്കാം എന്നല്ല. ശരിയാണ്." മാധവൻ മാഷ് പറഞ്ഞു.

ധനേഷ് അല്പസമയം എന്തോ ആലോചിച്ചുകൊണ്ട് വയലിലേക്ക് നോക്കി നിന്നു.

"എന്നാൽ പിന്നെ മാഷൊരു കാര്യം ചെയ്യ്. ഈ നിലം പൂട്ടാനുള്ള ഏർപ്പാടാക്കി താ. ഏതു തരം വിത്താണ് വേണ്ടതെന്ന് വെച്ചാൽ അതും മാഷ് തന്നെ തന്ന് സഹായിക്കണം." ധനേഷ് പറഞ്ഞു.

"അതിനൊന്നും ധനേഷ് പേടിക്കേണ്ട. എന്തുസഹായം വേണമെങ്കിലും ഞങ്ങളുടെ ഭാഗത്ത്ന്ന്ണ്ടാവും. ഞാനും സഹദേവനുമില്ലേ ഇവിടെ."

ഇതെല്ലാം കേട്ടുനിന്ന ലോറിഡ്രൈവർ സംശയത്തോടെ ചോദിച്ചു:

"ധനേഷേട്ടാ... അപ്പോൾ നമ്മളീ മണ്ണ് വയലിൽ തട്ടുന്നില്ലേ?

"ഇല്ല." ധനേഷ് പറഞ്ഞു: "മൂത്തോറെ വാക്കും മുതു നെല്ലിക്കയും ആദ്യം ചവർക്കും, പിന്നെ മധുരിക്കുമെന്നു കേട്ടിട്ടില്ലേ? മാധ

വൻ മാഷ് പറഞ്ഞതാ ശരി.”

ധനേഷ് ലോറിയിലേക്ക് കയറിക്കൊണ്ട് പറഞ്ഞു: “ഡ്രൈവറെ വണ്ടി വിട്... എമ്പതില് വിട്ടോ...”

ഡ്രൈവർ ടിപ്പർ ലോറി സ്റ്റാർട്ട് ചെയ്തു. വന്നവഴിയെ മണ്ണുമായി തിരിച്ചുപോയി.

●